माझी भटकंती

(इस्त्राईल, तीर्थरंग आणि अंदमान...)

D1651977

दिलीप रत्नाकर वैद्य

#AnyoneCanPublish with
सकाळ प्रकाशन

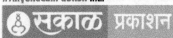

#AnyoneCanPublish with

सकाळ प्रकाशन

Mazi Bhatkanti (Israel, Tirthrang and Andaman...)

© Deelip Ratnakar Vaidya, 2022

माझी भटकंती (इस्राईल, तीर्थरंग आणि अंदमान...)

© दिलीप रत्नाकर वैद्य, २०२२

प्रकाशक	:	सकाळ मीडिया प्रा. लि. 595, बुधवार पेठ, पुणे 411 002
प्रथम आवृत्ती	:	डिसेंबर, २०२२
मुखपृष्ठ	:	सागरिका सुब्रशंकर साधू
मांडणी	:	अनुज आर्ट्स
मुद्रणस्थळ	:	विकास प्रिंटिंग ॲण्ड कॅरिअर्स प्रा. लि. प्लॉट नं. ३२, एमआयडीसी, सातपूर, नाशिक ४२२००७
ISBN	:	978-93-95139-58-8
संपर्क	:	020-2440 5678 / 88888 49050 sakalprakashan@esakal.com

©All rights reserved.

No part of this publication may be reproduced or transmitted in any form or by any means, electronically or mechanically, including photocopying, recording, broadcasting, pod casting of any information storage or retrieval system without prior permission in writing form the writer or in accordance with the provisions of the Copy Right Act (1956) (as amended). Any person who does any unauthorised act in relation to this publication may be liable to criminal prosecution and civil claims for damages.

Disclaimer :

Although the author has taken every effort to ensure that the information in this book was conect at the time of printing, the author and publisher do not assume and hereby disclaim any liability to any party, society for any loss, damage, or disruption caused by errors or omissions, whether such errors and omissions are caused due to negligence, accident, amendment in Act Rules Bye laws or any other cause. The views expressed in this book are those of the Authors and do not necessarily reflect the views of the Publishers

माझ्या प्रत्येक विधायक कार्यात खंबीरपणे
माझ्या पाठीमागे उभे राहून मला आशीर्वाद देणारे,
मार्गदर्शन करणारे माझे वडील तीर्थरूप श्री. रत्नाकर वैद्य आणि
काका तीर्थस्वरूप श्री. सुधाकर वैद्य
यांना कृतज्ञतापूर्वक अर्पण!

प्रस्तावना

श्री. दिलीप वैद्य यांनी 'माझी भटकंती (इस्राईल, तीर्थरंग आणि अंदमान...)' या शीर्षकाने त्यांचे प्रवासानुभव लिहिले असून ते पुस्तक रूपाने आपल्या भेटीस येत आहे. हा सर्व प्रवास त्यांनी वेगवेगळ्या वेळी आणि ठिकाणी केलेला असल्याने ते एक सलग प्रवासवर्णन या स्वरूपात नाही. त्यांनी वेळोवेळी नोंदवून ठेवलेले जे अनुभव होते, ते त्यांनी एकत्र करून सादर केले आहेत. त्यांनी स्वत:च म्हटल्याप्रमाणे, ते 'शिक्षक आणि पत्रकार' असल्यामुळे एक लेखक त्यांच्या ठायी होताच. त्या भूमिकेतून आपले अनुभव त्यांनी शब्दबद्ध केले असून ते वाचनीय झाले आहेत.

खांडवा येथील स्व. किशोरकुमार यांची दुर्लक्षित समाधी, इथपासून ते इस्राईलच्या अभ्यास दौऱ्यापर्यंत अनेकविध जागा त्यांच्या या भटकंतीत वाचायला मिळतात. यातील काही ठिकाणे इतकी प्रसिद्ध आहेत, की त्यांच्याविषयी आधीच कितीतरी लिहिले गेले आहे. तसेही, या इंटरनेटच्या युगात कोणत्याही प्रेक्षणीय वा पर्यटन स्थळाची माहिती हवी असेल, तर ती क्षणात मिळते. पण केवळ माहिती हा 'अनुभव' नव्हे.

'अंदमानला सेल्युलर जेलमध्ये स्वा. सावरकर कोठडी आहे' ही झाली 'माहिती'. पण, 'तिथे उभे राहिल्यावर मला काय वाटले...' हा झाला अनुभव. तो प्रत्येकाचा वेगळा असतोच. पण संवेदनशील व्यक्तीचा असा सापेक्ष अनुभव देखील वाचनीय होतो. त्यामुळे नेहमीच्या पर्यटकांचा गोवा आणि वैद्यांनी अनुभवलेला गोवा वेगळे आहेत. प्रवासात आपल्याला अनेकदा 'वल्ली' म्हणाव्यात अशा 'व्यक्ती' भेटतात. त्यांचा ठसा मनावर कायम राहतो. ती माणसं त्या ठिकाणाहून वेगळी करता येत नाहीत. जशा अंदमानच्या रॉस आयलंड (आता नेताजी सुभाषचंद्र बोस द्वीप) वरील अनुराधा राव!

या पुस्तकात अशाच प्रकारे लेखकाला इस्राईलला भेटलेल्या पारुल चोप्रा आणि बेनी बायनामिन या व्यक्तींचे वर्णन आहे. फार प्रसिद्ध किंवा 'सेलेब्रिटी' असलेल्या व्यक्तींनीही वेळोवेळी प्रवासवर्णने लिहिलेली आहेत. ती साहित्यमूल्य म्हणून कदाचित् सरस असतीलही. पण एक गोष्ट नक्की... सामान्य वाचक स्वत:ला त्या वर्णनांद्वारे, त्या ठिकाणांशी जोडू शकत नाही. प्रसिद्ध मंडळी ज्या प्रकारे प्रवासाला जातात, ज्यांच्या सहवासात राहतात, ज्या वातावरणात वावरतात ते सगळंच सामान्य माणसाला परकं आणि अप्राप्य असतं.

आपण यात कुठेही बसू शकत नाही, याची जाणीव त्याला सतत होत राहते. पण दिलीप वैद्यांसारख्या, रावेरच्या, एका तुमच्या माझ्या विश्वातल्या माणसाने केलेले प्रवास वर्णन, या पार्श्वभूमीवर ओळखीचे-जवळचे वाटते. नाही तरी प्रवासवर्णन हे तसं श्री. चक्रधर स्वामींच्या हत्तीच्या दृष्टांतासारखंच असतं. एखादं स्थळ ज्याला जसं जाणवतं, तसं वर्णन तो करतो. मी स्वत: काही प्रवासवर्णने लिहिली असल्यामुळे याची मला नेहमीच जाणीव असते.

श्री. वैद्यांचे प्रवासानुभव असेच त्यांच्या नजरेतून असल्यामुळे आपल्या जागी वेगळे आहेत. श्री. वैद्य यांना त्यांच्या या पुस्तकासाठी अनेक शुभेच्छा! यापुढेही उत्तम साहित्यनिर्मिती त्यांच्या हातून घडो, ही ईश्वराकडे प्रार्थना करतो.

ॲड. सुशील अत्रे
जळगाव,
२६-०९-२०२२
आश्विन शु १. नवरात्रारंभ.

भटकंतीच्या पंखावर...

प्रवास वर्णनांची अनेक पुस्तकं यापूर्वी प्रसिद्ध झाली आहेत. त्याच मांदियाळीत श्री. दिलीप वैद्य यांचे 'माझी भटकंती (इस्राईल, तीर्थरंग आणि अंदमान...)' हे पुस्तक दाखल होत आहे. इस्राईलमधील विदेशवारी ते मध्यप्रदेशातील खंडवा या शहरापर्यंतचे वर्णन या पुस्तकात आहे. प्रवास तर सगळेच करतात. पण वैद्य सरांचा प्रवास त्यांनी अविस्मरणीय करून ठेवला आहे. ते शिक्षक आहेत आणि पत्रकारही. त्यामुळे नियोजनबद्धता आणि सुज्ञ जिज्ञासूपणाचा सुरेख संगम त्यांच्या या प्रवास वर्णनात आहे. त्यातही परदेशवारी म्हटली, की अनेक सोपस्कार येतात. अनभिज्ञता असल्याने माहिती घेऊन माहितगारांना विचारून, तयारी करून जाणे हा मोठा द्राविडी प्राणायाम त्यांनी केला. जिथे आपण जात आहोत, तिथली पूर्ण माहिती घेऊन गेलो तर प्रवासाला परिपूर्ण दृष्टिकोन मिळतो. निरीक्षणाला अर्थ येतो.

नेमकं हेच दिलीप वैद्य यांनी केलंय. जाताना तिथला भौगोलिक परिसर, तिथली संस्कृती, इतिहास, जनजीवन याचं अतिशय वर्णन सुंदर त्यांनी केलं आहे. जणू काही आपणच इस्राईलचा प्रवास करतोय की काय, असा अनुभव हे प्रवास वर्णन वाचताना येतो. जैन इरिगेशनने या दौऱ्यासाठी पत्रकार म्हणून त्यांची केलेली निवड म्हणून अगदी सार्थ वाटते. त्यांचा अध्यात्मिक आणि तीर्थस्थळांचा प्रवास हा डोळस श्रद्धेतला आहे. चित्रकूट क्षेत्राची भटकंती करताना चित्रविचित्र स्थळांचा अनुभव त्यांनी घेतला. प्रभू श्रीरामचंद्रांची ही भूमी आहे, या आदर भावनेतूनच श्रद्धेचे सौंदर्य फुलत जाते आणि एक भारावलेला प्रवास सुरू होतो. अनेक पौराणिक स्थळं आणि त्यांचं अध्यात्मिक महत्त्व, त्यातून निर्माण झालेल्या सुंदर कलाकृती अंतर्मनाला मोहून टाकतात. कुंभमेळ्याचा इतिहास अवगत करून ते तिथे गेले. अफाट जनसमूह, चित्रविचित्र उपासना करणारे साधू आणि सनातन संस्कृतीचे शतरंग त्यांनी अनुभवले.

त्यांनी पाहिलेला गोवा अप्रतिम साकारला आहे. तो बा. भ. बोरकरांसारख्या महाकवींचा गोवा आहे. पोर्तुगीज संस्कृतीची तिथली छाप आपलं वेगळेपण दाखवते. सर्वात विशेष

प्रवास म्हणजे अंदमान निकोबार बेटांचा! तो वाचताना आपण भारावल्यागत होतो. श्री. दिलीप वैद्य यांनी केलेलं सोपं वर्णन वाचकाला सहज एका भावनिक उंचीवर नेतं. तिथला स्वर्गीय निसर्ग डोळ्यासमोर उभा राहतो. या देशासाठी बलिदान करणाऱ्या महान स्वातंत्र्य सैनिकांच्या पवित्र भूमीला ते अभिवादन करून आले. ते वर्णन वाचून अंगावर शहारे येतात. स्वातंत्र्यवीर सावरकरांच्या खोलीत गेल्यावर त्यांनी भोगलेल्या यातनांचा जीवघेणा अनुभव आपल्यालाही ते वर्णन वाचून येतो. तिथला परिसर, इंग्रजांनी केलेला अमानुष छळ... सगळं मनाला सुन्न करणारं... त्यांच्या या प्रवासवर्णनाला मनःपूर्वक प्रणाम!

सातारा जिल्ह्यातल्या भिलार गावात जोपासलेली वाचन संस्कृती ही अद्भुत आहे. याचा एकदा अनुभव घ्यावाच लागेल. प्रवास वर्णनाचे अनेक टप्पे या पुस्तकात आहेत. इंदिराजींचे मंदिर असलेले मध्य प्रदेशातले पाडल्या गाव. धार जवळचं मांडवगड. खांडवा किशोरकुमार यांचे स्मृतीस्थळ... सगळं काही रंजक. हे पुस्तक वाचून अनेकांना या स्थळांना भेटी देण्याचा मोह आवरणार नाही. भावी आयुष्यात त्यांना अजून खूप प्रवास करायचा आहे. तो त्यांनी करावा म्हणजे पुन्हा काही नवीन वाचायला मिळेल. त्यांच्या 'भटकंतीच्या पंखावर' फिरून खूप खूप आनंद मिळतो.

त्यांच्या पुढील प्रवासाला आणि लेखनाला अनंत हार्दिक शुभेच्छा!

कवी राजा मिसर
१४०, राजेश्वरी, रावेर.
जि जळगाव. महाराष्ट्र
मो- ९७६५५९३८६५.
५-१०-२०२२. विजयादशमी.

लेखकाचे दोन शब्द...

नमस्कार प्रिय वाचक मित्र!

कृषी क्षेत्रात क्रांती केलेल्या इस्त्राईलसह भारतात विविध ठिकाणी मी केलेल्या प्रवासाची वर्णनं असलेलं 'माझी भटकंती (इस्त्राईल, तीर्थरंग आणि अंदमान...)' हे पुस्तक आपल्या हाती देताना मला मनस्वी आनंद होत आहे. मनुष्य जीवनात आपण वेगवेगळ्या निमित्ताने प्रवास करत असतो. त्यावेळी वेळात वेळ काढून गावं, गावांचा परिसर, प्रेक्षणीय ठिकाणं पाहण्याची मला आवड आहे. इस्त्राईल, मांडू, खंडवा, पाडल्या ही ठिकाणे मी अन्य कारणाने तिथे गेलो म्हणून पाहिली आहेत. पण काही वेळा मी ठरवून प्रवास करून आवडती ठिकाणे पाहिली आहेत. त्यात गोवा, अंदमान निकोबार बेटं, चित्रकूट,कुंभमेळा यांचा उल्लेख करावा लागेल.

खरं म्हणजे प्रत्येकातच आणि विशेषतः शिक्षक व पत्रकारांत एक लेखकही दडलेला असतो. शाळेत असताना हा दडलेला लेखक निबंध आणि इतर लेखनातून डोकावतो तर पुढे संधी मिळाल्यावर तो अन्य माध्यमातूनही व्यक्त होतो. तसे काहीसे माझ्या बाबतीत झाले आहे, असं मी म्हणेल. मी शिकवत असलेल्या माझ्या बलवाडीच्या माध्यमिक शाळेत विद्यार्थ्यांना लिहिते करण्यासाठी मी वेळोवेळी अनेक उपक्रम हाती घेतले. निबंध हा कुठल्याही पुस्तकातून किंवा कोणाकडून आयता लिहून घ्यायचा नसतो. आपल्याला आपल्या भाषेत त्या विषयाची मांडणी करता आली पाहिजे, हे मला जाणवले आणि मी ते माझ्या विद्यार्थ्यांच्या मनावर बिंबवले. मलाही विविध प्रसंगानुरूप लिहिता यायला हवे तरच आपले विद्यार्थीही लिहितील हा विचार मनाला स्पर्शून गेला.

सकाळमध्ये बातम्या, विशेष लेख लिहिण्याची सवय होतीच. त्यातूनच विविध विषयांवर लिहायला सुरुवात केली. माझे पहिले पुस्तक 'गोष्टीरूप लोकसेवक मधुकरराव चौधरी' हे मित्रवर्य व मार्गदर्शक तुकाराम बोरोले सर यांच्या पाठपुराव्याने मी लिहिले. इयत्ता १० वी च्या मराठीच्या पाठ्यपुस्तकातील 'आप्पांचे पत्र' हा पाठ शिकवताना मी विद्यार्थ्यांना 'तुम्ही लिहिलेले एखादे पुस्तक शाळेच्या वाचनालयातही हवं' असं सांगायचो. विद्यार्थ्यांनीच नाही तर शिक्षकांनीही लिहिलेली पुस्तकं शाळेच्या वाचनालयात हवीत, असं मला प्रकर्षानं वाटत होतं. म्हणून एक हौशी लेखक म्हणून का असेना पण वेळोवेळी लिहिलेल्या प्रवास वर्णनाच्या लेखांचं पुस्तक प्रकाशित करावं, अशी कल्पना साकारली गेली.

मी माध्यमिक शाळेत शिक्षक आहे, तसा दै 'सकाळ' चा तालुका बातमीदारही. माझी शाळा सुरुवातीला विनाअनुदानित असल्याने आणि लिहिण्याची आवड असल्याने 'सकाळ'ची पत्रकारिता स्वीकारली. आमच्या जळगाव जिल्ह्यातील केळी उत्पादन देशात आणि आता परदेशातही प्रसिद्ध आहे. त्यामुळे 'सकाळ'मध्ये केळी विषयाशी संबंधित बातम्या मी प्राधान्याने पाठवित होतो आणि 'सकाळ'नेही त्यांना ठळकपणे प्रसिद्धी दिली. त्यामुळे माझा जैन इरिगेशनचे केळी तज्ज्ञ मा. श्री. के. बी. पाटील यांच्याशी संपर्क आला. सुमारे २५ वर्षे त्यांनी केळीवर काम केलंय आणि मी लेखन! त्यांनीच जैन इरिगेशनचे अध्यक्ष मा. श्री. अशोकभाऊ जैन यांच्याकडे विनंती करून कंपनीकडून माझ्या इस्त्राईल प्रवासाची अनुमती घेतली आणि २०१८ च्या तिथल्या जागतिक कृषी प्रदर्शनास भेट देण्यासाठी जाणाऱ्या शेतकऱ्यांच्या शिष्टमंडळात एकमेव पत्रकार म्हणून माझा समावेश झाला, हे नमूद केले पाहिजे.

'सकाळ' मधील अनुभवाचा फायदा मला अध्यापन करताना तर झालाच. पण त्यामुळे विविध विषयांवर लिहिण्याची आवड जोपासली गेली. मे २०१८ मध्ये इस्त्राईलच्या अभ्यास दौऱ्यावरून आल्यावर माझे मित्र सुनील चौधरी संपादक असलेल्या साप्ताहिक 'रावेर विकास'मध्ये मी लेखमाला लिहिली होती. त्याचवेळी अनेक हितचिंतकांनी मी या लेखमालेचं पुस्तकही प्रकाशित करावं, अशी अपेक्षा आणि विनंतीवजा सूचना केली होती. माझे बलवाडी येथील माजी विद्यार्थी आणि आता पुण्यात असलेले विकास पाटील यांनीही माझं प्रवास वर्णनाचं पुस्तक प्रकाशित व्हावं यासाठी प्रयत्न केले. पण इस्त्राईलचे प्रवास वर्णन संक्षिप्त लिहिल्यानं त्याचं पुस्तक नव्हे तर एक छोटी पुस्तिका झाली असती, म्हणून तो विषय तेव्हा रेंगाळला. पण नंतर जिथं जिथं कामानिमित्त किंवा ठरवून भटकंती करायला गेलो तिथून आल्यावर त्या आठवणी मी नियमितपणे लिहित गेलो. त्यानंतर 'प्रवास वर्णन' हा माझा आवडता लेखन प्रकार झाला, असं म्हटलं तरी चालेल. ही ठिकठिकाणची प्रवासवर्णनं लिहिण्यामागे तेथील आठवणी ताज्या ठेवण्याचा माझा उद्देश आहेच. शिवाय, वाचकांना तेथील हलकीफुलकी माहिती देण्याचाही उद्देश आहे. यातील गोवा, मांडवगड येथील प्रवास वर्णन समाज माध्यमातून वाचून अनेकांनी तिथं भटकंती केली, हे उल्लेखनीय!

गोवा प्रवासाकडे पाहण्याचा अनेकांचा दृष्टिकोन हा पूर्वग्रहदूषित असतो. तिथे जाणं म्हणजे नाच- गाणं- मस्ती आणि धांगडधिंगा असा अनेकांचा समज असतो. कुटुंबासह फिरायला जाण्याचे ते ठिकाणच नाही, असाही अनेकांचा समज असतो. पण त्या पलीकडेही तिथे खूप काही पाहण्यासारखं आहे. त्यावर लिहिण्याचा मी प्रयत्न केला आहे. इस्त्राईल, अलाहाबादचा कुंभमेळा, अंदमान-निकोबार सहल यातूनही तेथील चांगल्या गोष्टी टिपण्याचा मी प्रयत्न केला आहे. प्रवासाहून आल्यावर तेथील वर्णन लिहिणं आनंददायक आहे. त्यातून मला पुन्हा मनाने तिथे गेल्याचा आनंद मिळतो.

वेळोवेळी समाज माध्यमातून प्रसिद्ध झालेले काही लेख आणि काही नवे असे लेख पुस्तक रूपानं प्रकाशित करीत आहे. प्रवासासाठी जातांना आणि आल्यावर हे सर्व लिहून काढताना मला कौटुंबिक जबाबदारीतून मोकळीक देणारे, प्रोत्साहन देणारे माझे वडील तीर्थरूप रत्नाकर वैद्य, काका तीर्थस्वरूप सुधाकर वैद्य, ज्येष्ठ बंधू प्रदीपजी वैद्य यांचा प्राधान्याने कृतज्ञतापूर्वक उल्लेख करावा लागेल. माझी सुविद्य पत्नी सौ. माया हिनेदेखील या कामी आवडीने वेळोवेळी मदत केली आहे. पुस्तक प्रकाशित करण्यासाठी सतत प्रोत्साहन देणारे रंगपंचमी व्याख्यानमालेचे सर्वश्री डॉ. राजेंद्र आठवले, विठोबा पाटील, हेमेन्द्र नगरिया (बबलू शेठ), सर्व सदस्य, माझ्या शाळेचे मुख्याध्यापक मा. श्री. एन. व्ही. पाटील, पत्रकार सुनील चौधरी, सर्व पत्रकार मित्र व माझे शाळेतील सर्वच सहकारी शिक्षक व शिक्षकेतर कर्मचारी यांचा मी कायम ऋणी राहीन. पत्रकार मित्र श्री. प्रकाश पाटील सर, रवींद्र महाजन यांचीही मोलाची मदत झाली आहे. माझे काही माजी विद्यार्थीही माझ्या संपर्कात असतात. ते देखील नेहमी माझ्या विविध विषयांवरील लेखनाबद्दल प्रतिक्रिया देतात. त्यामुळेही मी लिहीत गेलो. या पुस्तकातील जे काही चांगलं असेल ते इतरांना सांगा. काही चुका,त्रुटी, उणिवा असतील तर त्या मला सांगा. आपला अभिप्राय माझ्यासाठी अमूल्य असेल.

या पुस्तकासाठी मला मा. ॲडव्होकेट श्री. सुशीलजी अत्रे (जळगाव) यांनी त्यांच्या व्यग्रतेतून अतिशय आनंदाने प्रस्तावना लिहून दिली. त्यांनाही पर्यटनाची आवड आहे. पर्यटनाकडे पाहण्याचा दृष्टिकोन खूप वेगळा आणि व्यापक आहे. त्यांची प्रस्तावना मिळण्यासाठी मा. प्रभातदादा चौधरी (जळगाव) आणि दै. 'सकाळ'मधील आमचे ज्येष्ठ मार्गदर्शक मा. सचिन जोशी यांची त्यांचे नाव सुचविण्यापासून ते त्यांची भेट घेण्यापर्यंत मोठी मदत झाली. मी या दोघांच्याही ऋणातच राहणे पसंत करतो.

आमचे ज्येष्ठ बंधू आणि मार्गदर्शक आदरणीय राजाभाऊ मिसर यांना प्रकाशनाआधी मी माझं प्रवास वर्णन वाचायला दिलं होतं. त्यांनी दिलेल्या आशीर्वादासह त्यांचा अभिप्राय देखील मी या पुस्तकात समाविष्ट केला आहे. त्यांनीही अत्यंत व्यग्रतेतून तो लिहून दिला त्याबद्दल त्यांचेही ऋण व्यक्त करतो. प्रवास वर्णनाचे पुस्तक प्रकाशित करण्यासाठी 'सकाळ'ने होकार दिला आणि वेळेत प्रकाशित केले म्हणून 'सकाळ प्रकाशन आणि श्री. आशुतोष रामगीर, श्रीमती अमृता देसर्डा यांचेही मनःपूर्वक आभार मानतो.

धन्यवाद.

दिलीप रत्नाकर वैद्य

रावेर. मो ९६५७७१३०३०.

०५-०९-२०२२. शिक्षक दिन

अनुक्रमणिका

कृषी आणि तंत्रज्ञानातील अग्रगण्य देश... इस्त्राईलची सफर १२

गाव नि घरं पुस्तकांनी फुललेलं - भिलार! ३६

प्रेम की नगरी! निसर्गरम्य, ऐतिहासिक मांडवगड (मांडू) ४०

गायक किशोरदांचे अबोल स्मारक : खांडवा ४६

कुंभमेळा- औदार्य,आध्यात्मिकता आणि वैज्ञानिकता यांचा कुंभ ५०

निसर्ग आणि स्वच्छ, सुंदर, पवित्र मंदिरांचा संगम-गोवा ६२

'पाडल्या'तील इंदिरा गांधींचे मंदिर ७०

स्वच्छ, निळ्याशार समुद्राची निसर्गरम्य भारतीय बेटं! ७३

ज्यू आणि मुस्लिम धर्मियांच्या पवित्र जेरुसलेम शहराचे विहंगम दृश्य.

कृषी आणि तंत्रज्ञानातील अग्रगण्य देश... इस्त्राईलची सफर

परदेशगमन, हवाई यात्रा हे अनेकांचे स्वप्न असते. तसेच ते माझेही होते. म्हणून २०१६च्या आसपास मी माझा पासपोर्टही काढून ठेवला होता. पण तो निवडणुकीत मतदानाच्या वेळी ओळखपत्र म्हणूनच कामी येई. मी त्यावेळी जाणीवपूर्वक पासपोर्टचा वापर करीत असे. अन्य मतदारांपैकी सहसा कोणीच पासपोर्ट आपली ओळख म्हणून आणत नसल्याने निवडणूक निर्णय अधिकारी माझ्या पासपोर्टकडे पाहून एकदा वर मान करून माझ्याकडे आश्चर्याने बघत असे. पासपोर्ट काढल्याचे हे तेवढेच समाधान. पण मे २०१८ मध्ये विदेशात प्रवासाची संधी आली आणि ती देखील अचानक अगदी लॉटरी लागावी यासारखी!

आमचा जळगाव जिल्हा आणि रावेर तालुक्याची ओळख देशात केळीसाठी आहे. केळीचे भाव, केळीच्या समस्या, केळी उत्पादकांची सुखदुःख हा इथल्या जीवनशैलीशी अत्यंत निगडीत घटक आहे. म्हणून सकाळ-ॲग्रोवनसाठी वृत्तलेखन करतानाही माझा भर शेती विषयक आणि केळीविषयक बातम्यांवर आधिक असतो. 'सकाळ'नेही केळीविषयक बातम्यांना अधिकाधिक जागा दिली आहे. सुमारे १८-१९ वर्षांपूर्वी मी आणि पत्रकार मित्र सुनील चौधरी दिल्लीत जागतिक केळी परिषदेचे वृत्तांकन करण्यासाठी गेलो होतो. तेव्हाच

माझी भटकंती (इस्त्राईल, तीर्थरंग आणि अंदमान...) । १२

जर यापुढे केळी किंवा शेतीविषयक बातम्यांसाठी कोणाला विदेशात पाठवायचे असेल तर दिलीप वैद्य यांनाच पाठवू, असे आमचे 'सकाळ'चे संपादक सांगत. मी केळीच्या बातम्यांना अग्रक्रम देत असल्याने सतीश नाईक आणि अन्य काही पत्रकार मित्र 'वैद्य सरांना केळीचा चांदीचा घड मिळणार आहे' असे गंमतीने (की चेष्टेने?) म्हणत.

२०१५ मध्ये इस्त्राईलमध्ये जागतिक पातळीवरील कृषिप्रदर्शन भरले होते. त्या वेळी त्याबद्दलच्या बातम्या वाचून जायची इच्छा होई, पण जाण्याची संधी मिळाली नाही. २०१८ मध्ये ती अचानक मिळाली. अक्षय्य तृतीयेच्या दिवशी दुपारी मला जैन इरिगेशनचे उपाध्यक्ष, केळी तज्ज्ञ श्री. के. बी. पाटील यांनी मला फोन करून माझ्या पासपोर्टची कॉपी मागितली.

मी घरीच होतो. कशासाठी? कुठे जायचे आहे? केव्हा? हे प्रश्न विचारण्याआधीच फोन बंद झाला. मग काय? पुढच्या दोन मिनिटात मी त्यांना व्हॉट्सअपवर पासपोर्ट पाठविला. १० मिनिटांनी त्यांचा पुन्हा फोन आला आणि त्यांनी मला इस्त्राईल दौऱ्यासाठी तयारी करायला सांगितले. या दौऱ्यात पत्रकार म्हणून माझा समावेश करण्यास मा. अशोकभाऊ जैन यांनीही अनुमती दिल्याचे त्यांनी आवर्जून सांगितले. जैन इरिगेशनच्यावतीने आयोजित या अभ्यास दौऱ्यात असंख्य शेतकरी, कृषी तज्ज्ञ, कृषी अधिकारी होते. पत्रकार म्हणून फक्त मी एकटाच होतो, ही माझ्यासाठी अतिशय आनंदाची आणि अभिमानाची बाब होती. इतक्या वर्षांची प्रतीक्षा फळाला येण्याचा क्षण जवळ आला असे वाटत होते. माझी आवश्यक ती माहिती, मोबाईल क्रमांक आदी माहिती यात्रा कंपनीकडे दिली आहे, आता यापुढे ही कंपनीच आपल्याशी इस्त्राईल दौऱ्याबाबत संपर्क साधेल, असे त्यांनी सांगितले.

त्यादिवशी रावेरच्या बारागाड्या ओढण्याचा कार्यक्रम होता. मी बारागाड्या पाहून परत येताना सायंकाळी इस्त्राईलसाठी माझी तिकिटे बुक झाल्याचे यात्रा कंपनीने मला कळविले. अर्थात इस्त्राईलचा व्हिसा मिळणे अवघड असते. पण २४ एप्रिलला व्हिसा कन्फर्म झाला. ५ मे रोजी मुंबईतून विमानाने निघायचे होते, म्हणून माझी तयारीची धावपळ सुरू झाली.

इस्त्राईल हा कृषी क्षेत्रातील जगातील एक अग्रगण्य देश! यापूर्वी तिथल्या कृषी प्रगतीच्या बातम्या, लेख मी उत्सुकतेने वाचत होतो. पण आता थेट तिथे जाऊन ती प्रगती पाहण्याची, अनुभवण्याची संधी आली होती. इस्त्राईलची पूर्वीची राजधानी आणि जागतिक कृषी प्रदर्शन भरणार असलेल्या तेल अवीवची थेट विमान तिकिटे आम्हाला मिळाली नाहीत. त्यामुळे मुंबईहून कुवेत तिथून जॉर्डनची राजधानी अम्मानहून रोडने इस्त्राईलला जायचे होते. त्यामुळे जॉर्डन आणि इस्त्राईल असे दोन्ही देश, तेथील जनजीवन पाहण्याची संधी होती. जॉर्डन-इस्त्राईलच्या सीमेवरील तपासणी, तेथील आवश्यक कागदपत्रांची पूर्तता याबाबत थोडी चिंता होतीच.

सोबत नेण्यासाठी आवश्यक त्या वस्तूंची यादी पुतणी सुश्मिता आणि मुलगी कामिनी यांनी

१३ । **माझी भटकंती** (इस्त्राईल, तीर्थरंग आणि अंदमान...)

केली होती. नव्या यादीत मोबाईल चार्जर, पॉवर बँक, हेडफोन या वस्तू आल्या. मोबाईल चार्ज करण्यासाठी तिथल्या प्लगमध्ये बसू शकेल अशी पिन नेणे आवश्यक असते. आता अनेक देशांत त्यांची विजेची उपकरणे वेगळ्या पद्धतीची असल्याने आपली चार्जिंग पिन तिथल्या पिनमध्ये बसेलच असे नाही. आणि मोबाईल चार्ज झाला नाही तर कुटुंबाशी संपर्क कसा करणार? बातम्या कशा पाठविणार? घरच्यांनाही चिंता वाटेल असा हा प्रश्न होता. म्हणून जाताना तशी पिन घेतली. अनेकांनी अनेक सूचना केल्या. त्यात 'तिथे मांसाहारी पदार्थच जास्त मिळतात. तुम्ही सोबत आपले शाकाहारी खाद्यपदार्थ असू द्या' येथपासून तर 'अभ्यास दौरा' म्हणायला ठीक आहे, पण तुम्ही 'एन्जॉय करा' पर्यंतच्या सूचना येत होत्या. यात 'एन्जॉय' शब्द उच्चारताना त्यांना काय म्हणायचे होते, ते मला जाणवत होते.

याच दरम्यान मी इस्त्राईलबद्दल शक्य तितकी माहिती वाचत होतो. माझे मित्र आणि 'सकाळ'चे बातमीदार भुसावळ येथील श्रीकांत जोशी यांनी 'छळाकडून बळाकडे' हे खूप छान पुस्तक आणि काही कात्रणे पाठविली. डॉ. राजेंद्र आठवले यांनी व्हॉट्सअपवर पूरक माहिती पाठविली. काही माहिती इंटरनेटवर मिळाली. आपल्याकडे जसे एखाद्या मेडिकल स्टोअरमध्ये गेल्यावर काही औषधी सहज मिळतात, तसे विदेशात अजिबात नाही. अगदी डोके दुखणे बंद होण्याची गोळीसुद्धा डॉक्टरांच्या प्रिसक्रिप्शन शिवाय मिळत नाही. म्हणून डॉ. आठवले यांनी मेडिकल किट (अत्यावश्यक औषधी) तयार करून दिली. मी इस्त्राईल, जॉर्डनला जाणार ही बातमी मित्रमंडळी, नातेवाईक यांच्यापर्यंत पोचली होती. त्या सर्वांच्या शुभेच्छा, आशीर्वाद आणि अपेक्षा घेऊन मी इस्त्राईलकडे निघालो. इस्त्राईल अभ्यास दौऱ्यावर तांदलवाडी येथील कृषिभूषण प्रेमानंद महाजन, प्रशांत महाजन, ऐनपूरचे मनोज महाजन, रावेरचे विशाल अग्रवाल, सुनील गोपाल पाटील हे देखील येणार होते. पण यातील फक्त प्रेमानंद महाजन माझ्या गटात होते. अन्य शेतकरी मित्र वेगळ्या गटात होते.

इस्त्राईल मध्ये आवश्यक खर्च करण्यासाठी तिथले विदेशी चलन आवश्यक होते. अमेरिकेचे डॉलर कोणत्याही देशात चालतात म्हणून प्रेमानंद महाजन यांनी माझ्यासाठी जळगावहून डॉलर आणले. मित्रवर्य मानस कुलकर्णी (विवरा) यांनीही मला त्यांच्याजवळील डॉलर आणि आंतरराष्ट्रीय डेबिट कार्ड दिले. मुंबईहून विमानाने जाण्याची आणि परत येण्याची तारीख, वेळ पाहून मुंबईला जाण्यायेण्याचे रेल्वे रिझर्वेशन प्रेमानंद महाजन यांनीच केले. इस्त्राईलमध्ये आपले आयडियाचे नेटवर्क नसेल म्हणून आवश्यक ते पॅकेज ऑनलाइन केले. अखेर इस्त्राईलसाठी प्रवासाला निघण्याचा ५ मे हा दिवस उजाडला आणि मी घरातील मोठ्यांचे आशीर्वाद आणि मित्रमंडळींच्या शुभेच्छा घेऊन निघालो.

विमान प्रवास तसा माझ्यासाठी नवीन नव्हता. सुमारे २० वर्षांपूर्वी केवळ हौसेखातर केलेला भोपाळ-इंदूर हा अवघ्या २० मिनिटांचा आणि २०१८ च्या जानेवारीत माझी सौभाग्यवती मायासह केलेला मुंबई-पणजी हा तासाभराचा प्रवास असा अनुभव गाठीला होता. त्यामुळे

सर्व तयारीनिशी मी निघालो. सोबत तांदलवाडीचे प्रयोगशील आणि प्रगतीशील केळी उत्पादक शेतकरी प्रेमानंद महाजन होते. प्रवासाच्या आदल्या दिवशी माझे मार्गदर्शक आणि माजी आमदार शिरीषदादा चौधरी घरी आले. इस्राईल हा त्यांच्यासाठी जिव्हाळ्याचा विषय होता. १९९३ मध्ये ते शेतीविषयक प्रशिक्षणासाठी सुमारे चार महिने इस्राईलमध्ये होते. प्रशिक्षण १५ दिवस बाकी असताना त्यांच्या मातोश्री आणि ज्येष्ठ कवयित्री, साहित्यिक कुसुमताई चौधरी यांचे आकस्मिक निधन झाले होते. शिरिषदादा परत आले आणि कै. कुसुमताई यांचे क्रियापाणी करून पुन्हा प्रशिक्षण पूर्ण करण्यासाठी इस्राईलला गेले होते. त्यांच्या या भेटीने मला इस्राईल दौऱ्याकडे पाहण्याची नवी दृष्टी मिळाली. अनेक चांगल्या टिप्स त्यांनी मला दिल्या. दुसरे सुहृद मानस कुलकर्णी यांनी त्यांच्याजवळचे डॉलर मला देऊ केले होते आणि शिवाय आंतरराष्ट्रीय डेबिट कार्डही दिले. त्यामुळे मी तिथे खरेदी करू शकणार होतो. हा त्यांच्या मनाचा मोठेपणा होता. प्रकाश पाटील सरांनी जितके हवे तितके पैसे देऊ केले. अर्थात मी ते घेतले नाहीत. ५ मे रोजी सकाळी आम्ही ज्या कामाख्या एक्सप्रेसने मुंबईला जाणार होतो, ती तब्बल सहा तास लेट होती. त्या गाडीचे सर्व डबे वातानुकूलित असतात. ५ मे रोजी मध्यरात्रीच्या सुमारास आम्हाला मुंबईत छत्रपती शिवाजी महाराज विमानतळावर रिपोर्टिंग करायचे होते.

कामाख्या एक्सप्रेसने गेलो आणि ती आणखी लेट झाली तर हातातोंडाशी आलेला इस्राईल प्रवासाचा योग हिरावला जाण्याच्या शक्यतेने पोटात भीतीचा गोळा आला. भुसावळहून मिळेल त्या गाडीने (प्रसंगी जनरल डब्यात उभ्याने प्रवास करून) मुंबई गाठण्याची मी मनाची तयारी केली. मात्र, सुदैवाने तशी वेळ आली नाही. प्रेमानंद महाजन यांनी वरिष्ठ पातळीवर खटपट करून गीतांजली एक्सप्रेसमध्ये वातानुकूलित डब्यातच दोन तिकिटे मिळविली आणि 'गीतांजली'ने आमच्या जीवात जीव आणला. याच गाडीत आम्हाला जागा मिळावी म्हणून माझे मित्र मिलिंद टोके यांनीही त्यांच्या रेल्वेतील ओळखीने प्रयत्न केले होते. मुंबईत विमानतळावर पोहचून आम्ही कुवेत एअरलाईन्सच्या आवश्यक त्या कागदपत्रांची पूर्तता, तपासणी करून वेटिंग रूममध्ये जाऊन बसलो. जीवनातील पहिलाच आंतरराष्ट्रीय प्रवास असल्याने झोप पार उडाली होती. विमानात पहाटे साडेचारला बसायचे होते. इथेच आम्हाला आमच्या दौऱ्यात पूर्णवेळ सोबत करणारे सचिन डोंगरे (नागपूर), महेंद्र शाह (सातारा), मनोज जवंजाळ (काटोल) आणि विजय अजमिरे (चांदूर रेल्वे) हे भेटले. सर्वजण शाकाहारी आणि मराठी भाषिक असल्याने नंतरचे सात दिवस आम्ही बरोबरच राहिलो.

मुंबई ते कुवेत हा प्रवास तसा १७५३ सागरी मैलांचा. आमचे विमान सुमारे ६०० किलोमीटर प्रति तास या वेगाने ३७ हजार फुटांवरून उडत होते. विमान सुरू होण्यापूर्वी आम्ही कमरेला बांधलेले सीट बेल्ट विमान स्थिर होताच काढले. मी खिडकीजवळची रिकामी जागा शोधून

१५ । **माझी भटकंती** (इस्राईल, तीर्थरंग आणि अंदमान...)

जागतिक कृषी प्रदर्शनात जैन इरिगेशनचे मॅनेजिंग डायरेक्टर मा श्री अनिल भाऊ जैन, तांदलवाडी ता रावेरचे कृषिभूषण श्री प्रेमानंद महाजन, प्रशांत महाजन आणि मी.

तिथे बसलो. मात्र एका बाजूला विमानाचा पंख वगळता काहीच दिसेना. दरम्यान, हवाई सुंदरीने माझ्यासाठी शाकाहारी नाश्ता आणला. इतक्या सकाळी मला भूक नव्हती आणि त्याचे भरमसाठ पैसे द्यावे लागतील, असे वाटून मी तो नाकारला. मी जानेवारीत विमानाने माझ्या सौभाग्यवतीसह गोव्यात गेलो होतो. तेव्हा माझ्या मित्राने विमानतळावरील एक कप कॉफीची किंमत दोनशे पंचाहत्तर रुपये असल्याचे सांगितले होते. तो अनुभव लक्षात घेऊन हा नाश्ता किमान हजार रुपयांत जाईल, असे मला वाटले होते. माझी मनःस्थिती हवाई सुंदरीने ओळखली आणि पुन्हा येऊन हा नाश्ता तिकिटांच्या किमतीतच समाविष्ट असल्याचे सांगून मला नाश्ता दिला. मी तो नाश्ता शाकाहारी असल्याची खात्री पुन्हा हवाईसुंदरी कडून करून घेतली. तोपर्यंत माझ्या पलीकडच्या रांगेतून प्रेमानंद महाजन यांनी तो नाश्ता घेण्याची खूण मला केली. त्यांचा हा तिसरा आंतरराष्ट्रीय विमान प्रवास असल्याने त्यांना त्याची माहिती होती. आम्हाला त्या नाश्त्याबरोबर फक्त एका कपात पिण्याचे पाणी देण्यात आले होते. इतके पाणी तर आपण जेवून हात धुतल्यावर फेकून देतो. मी संकोचाने हवाईसुंदरीला आणखी पाणी मागितले नाही.

माझ्यासमोरील सीटच्या मागील बाजूस एक डिजिटल स्क्रीन होता. त्यावर उड्डाणाची सर्व माहिती मिळत होती. अबुधाबी, दुबई, बहरिन, मस्कत, रियाध, दोहा, बगदाद या शहरांच्या जवळून आमचे विमान प्रवास करीत असल्याचे दिसत होते. किती अंतर आलो आणि किती अंतर बाकी आहे, हे देखील दिसत होते. मी हे उत्सुकतेने आणि कौतुकाने पाहत असताना

अन्य प्रवासी मात्र डिजिटल स्क्रीनवर सिनेमा, गाणी, टीव्ही मालिका पाहण्यात आणि काही जण गेम्स खेळण्यात गर्क होते. सुमारे चार तासांनी कुवेतला उतरताना विमानाच्या खिडकीतून आम्हाला लांबवर पसरलेले वाळवंट आणि तेथील तेलविहिरी दिसल्या. काही ठिकाणी खुरटलेली झुडपे दिसली. ती खजुराची असावीत. कुवेतचे रस्तेही वळणदार होते. सुमारे चार तास आणि दहा मिनिटांच्या प्रवासानंतर आम्ही कुवेतला विमानतळावर उतरलो. इथे मला पांढरे शुभ्र पायघोळ कपडे घातलेले उंचपुरे, गोरेपान प्रवासी दिसले. त्यांना पाहून मला शारजाह येथील क्रिकेट सामन्यांची आठवण झाली. येथील महिलांनी काळे कपडे घातले होते. पण त्यांच्या तोंडावर बुरखा नव्हता.

कुवेतचा व्हिसा नसल्याने आम्हाला विमानतळाच्या बाहेर जाता आले नाही. मात्र, सुमारे दीड तास आम्ही विमानतळावर फिरलो. यातून आम्हाला तेथील जनजीवनाचे थोडेफार दर्शन झाले आणि आर्थिक समृद्धीची कल्पना आली. तेथील महिला एकट्याच विमानतळावरील रेस्टॉरंटमध्ये येत-जात होत्या आणि खरेदी केलेल्या वस्तूंचे पैसे डेबिट कार्डच्या साहाय्याने देताना दिसल्या. कुवेतहून जॉर्डनची राजधानी अम्मानला जाणाऱ्या विमानाने आम्ही निघालो आणि ७३३ सागरी मैलांचा प्रवास करून दुपारी दोनच्या सुमारास अम्मानला उतरलो. इथे स्थानिक गाईड आमची वाट पाहात होता. एक दिवसाचा ऑन अराईव्हल व्हिसा काढून आम्ही तेथून सुमारे तीस किलोमीटरवर अंतरावरील 'मेना' या हॉटेलमध्ये उतरलो. मी लगेच फ्रेश होऊन बाहेर फिरायला गेलो. रस्त्यावर कोणीही पायी चालताना दिसले नाही की घराबाहेरील बगीच्यात आराम खुर्चीवर नाही. इथे मोटारगाड्यांची ड्रायव्हिंग व्हिल म्हणजे स्टेअरिंग डावीकडे आहे. फिरत असताना पावसाचे थेंब येऊ लागले आणि आम्ही झरझर हॉटेलमध्ये परत आलो. सकाळी आम्ही इस्त्राईलकडे निघणार होतो. कसे असेल इस्त्राईल? तेथील शेती? सुरक्षा व्यवस्था? संस्कृती? याचा विचार करता करता त्याच तंद्रीत केव्हा झोप लागली ते कळलेही नाही.

इस्त्राईलच्या उंबरठ्यावर

जॉर्डनची राजधानी अम्मानच्या हॉटेल 'मेना' मध्ये मी पहाटे पाच वाजताच उठलो. सर्व नित्यकर्म आटोपून सहा वाजताच बाहेर आलो. बाहेर रस्त्यावर चिटपाखरूही नव्हते. रात्री हलका पाऊस पडून गेल्याने थंडगार वारा अंगाला झोंबत होता. हा पहाटवारा झेलत झेलत दूरवर मस्तपैकी फिरून आलो. विदेशात 'मॉर्निंग वॉक'ची अशी संधी केव्हा मिळणार होती? म्हणून मी ही संधी सोडली नाही. यानिमित्ताने तिथले रस्ते, घरे जवळून पाहता आले.

मी फिरून परत आलो तोपर्यंत अन्य सहकारी तयार झाले होते.

आमच्या सहा जणांच्या व्यतिरिक्त आमच्या 'यात्रा डॉट कॉम' या कंपनीच्या वतीने भारतातून इस्त्राईल दौऱ्यावर आलेले आणखी सुमारे ७० जण रात्री उशिरा या हॉटेलमध्ये

आले होते. सर्व जण हिंदी-इंग्रजी बोलत असल्याने आम्हालाही हायसे वाटले. आम्ही सकाळची न्याहारी घ्यावी, अशी सूचना आली आणि आम्ही तिकडे वळलो. इथे माझी बऱ्यापैकी पंचाईत झाली. पदार्थांवर नावांचा फलक नव्हता. आता त्यातून शाकाहारी पदार्थ निवडून खाणे खूपच अवघड झाले होते. कसेबसे हिरवी काकडी, टोमॅटो, बीट, शाकाहारी पाव-लोणी आणि एक सफरचंद खाल्ले. इथे असलेला सफरचंदाचा रस मला जाम आवडला. यापूर्वी मी हा रस दिल्लीत जागतिक केळी परिषदेला गेलो असताना घेतला होता. त्याची चव अजून जिभेवर रेंगाळत होती.

आम्ही आमचे सर्व सामान घेऊन मोठ्या ट्रॅव्हल्स बसमध्ये बसलो. मी खिडकीजवळची जागा नियोजनपूर्वक घेतली होती. भारतातून रात्री उशिरा आलेल्यातला एक बंगलोरचा प्रवासी न्याहारी करून सामान घ्यायला त्याच्या रूममध्ये गेला. तो रात्री उशिरा झोपल्याने आणखी पाच मिनिटे आराम करून मग जाऊ, असा विचार करून तो झोपला. इकडे दोन्ही बस फुल्ल झाल्या होत्या. यात्रा डॉट कॉमची आमची टूर मॅनेजर पारूल चोप्रा पुन्हा पुन्हा प्रवासी मोजत होती. कोणीतरी एक जण कमी असल्याचे ती सांगत होती. जॉर्डनमध्ये आमचे सर्वांचेच मोबाईल बंद असल्याने 'त्या' गायब प्रवाशाशी संपर्क कसा साधायचा, असा प्रश्न निर्माण झाला होता. काही प्रवासी उशिर होतोय म्हणून चिडले होते तर आंध्र-कर्नाटकातील प्रवासी त्याची बाजू घेत होते. सहलीच्या बसमध्ये शक्यतो गाण्याच्या भेंड्या, शेरोशायरी रंगते. आमच्या बसमध्ये 'शेरे-ताशेरे' रंगात यायला दोन गटात सुरवात झाली होती. 'इथे झोपायला आला आहे का?' पासून तर 'रात्रीची उतरली नसेल' पर्यंतच्या प्रतिक्रिया कानावर आदळत होत्या. अखेर तासाभरानंतर ते महाशय लगबगीने हातात बॅगा घेऊन बसमध्ये चढले आणि साऱ्या बसमधील प्रवाशांनी टाळ्या वाजवून त्याचे उपहासात्मक स्वागत केले. यावर ते चांगलेच खजील झाले, त्यांनी माफी मागितली. पण तोवर दीड तास वाया गेला होता.

इस्त्राईलमध्ये प्रवेश

आता अम्मानहून आमच्या दोन्ही बसगाड्या भरधाव वेगाने इस्त्राईलकडे निघाल्या. हा सारा प्रदेश वाळवंटी होता. छोट्या छोट्या टेकड्या, मध्येमध्ये हिरवी शेते दिसत होती. एका ट्रकमधून आम्हाला केळी भरून जातांना दिसली. आम्ही खिडकीतून तो सारा प्रदेश डोळ्यात साठवून ठेवत होतो. जॉर्डनची सीमा ओलांडून आम्ही इस्त्राईलमध्ये प्रवेश करण्याआधी जॉर्डनच्या विदेश मंत्रालयाच्या वतीने आमच्या पासपोर्टची तपासणी करण्यात आली. आम्हाला मात्र बसमध्येच बसवून ठेवण्यात आले होते. इस्त्राईलमध्ये रस्त्याने फक्त जॉर्डनमधूनच प्रवेश मिळतो. आजूबाजूला मुस्लिम राष्ट्रे असल्याने इस्त्राईलच्या अन्य सर्व सीमा सील आहेत. इस्त्राईलची या सर्व मुस्लिम राष्ट्रांशी टोकाची दुश्मनी आहे.

तेथून आमची बस इस्त्राईलच्या सीमेत प्रवेश करती झाली. सीमेवर सशस्त्र जवान डोळ्यात तेल घालून पहारा देत होते. दोन्ही देशांच्या सीमेवर एक बारीक तारांचे कुंपण होते. छोटा-मोठा उंदिरही त्यातून जाऊ शकणार नाही इतके ते बारीक होते. तपासणी नाक्याजवळ आम्हाला उतरविण्यात आले. तिथे विचारण्यात येणाऱ्या संभाव्य प्रश्नांची माहिती आणि त्याची उत्तरे टूर मॅनेजरकडून आम्हाला देण्यात आली. ती उत्तरे मनात घोळवत आम्ही आमचे सामान तपासून ताब्यात घेतले. मात्र खरी परीक्षा पुढेच होती. वेगळ्याच पद्धतीचे उच्चार असलेल्या इंग्रजीतून इस्त्राईलच्या विदेशी विभागाच्या त्या अधिकारी महिलेने आम्हाला नाव,व्यवसाय, कुठून आलात? इस्त्राईलमध्ये कशासाठी आलात? परत केव्हा जाणार? असे प्रश्न एकामागून एक विचारले. शेवटी हसून तिने 'वेलकम' म्हणून तेथील हिरवा लाईट सुरू करून जा म्हटले, तेव्हा कुठे माझा जीव भांड्यात पडला. आमचे सारे सहकारी या प्रक्रियेतून बाहेर पडले. पण बीड जिल्ह्यातील छोटी दाढी ठेवलेल्या मनोज झांबड नावाच्या युवकाला आणि एका मुस्लिम प्रवाशाला तेथील अधिकाऱ्यांनी बसवून ठेवले. आधी त्यांची चौकशी त्या महिलेने केली आणि नंतर वरिष्ठ अधिकाऱ्यांनीही आधिक कसून चौकशी केली. इकडे आमचा वेळ जातोय म्हणून पुन्हा घालमेल सुरू झाली. अखेर एक बसगाडी पुढे नेण्याचा निर्णय आमचा दुसरा टूर मॅनेजर सतवीर यादवने घेतला. आमच्या दुर्दैवाने आम्ही दुसऱ्या गाडीत होतो.

अखेर आम्ही हा परिसर फिरलो. सभोवताली दूरवर उघड्या- बोडक्या वाळूच्या टेकड्या दिसत असताना इस्त्राईलमध्ये प्रवेश करतांनाच आम्हाला या विदेशी विभागाच्या कार्यालयाबाहेर हिरवेगार लॉन, गुलमोहरची झाडे दिसली. त्यांनाही ठिबक सिंचन संचाने पाणी देण्याची व्यवस्था केलेली होती. तिथल्या काळे पोशाख घातलेल्या सशस्त्र जवानांमध्ये काही तरुणीही होत्या. त्यांच्या डोळ्यात एक प्रकारची जरब आणि आत्मविश्वास होता. जॉर्डनपेक्षा इस्त्राईलमध्ये खूपच कडक तपासणी झाली. आमच्या पासपोर्टवर जॉर्डनमध्ये प्रवेश केल्याची नोंद होती. मात्र इस्त्राईलची नोंद करू नये, त्याऐवजी वेगळा पास द्यावा, अशी विनंती आमच्या टूर मॅनेजरने केली होती. कारण, इस्त्राईलमध्ये जाऊन आलेल्या प्रवाशांना अरब (मुस्लिम) देशात प्रवेश करण्यावर खूपच कडक बंधने आहेत. आमच्यापैकी कोणी भविष्यात अरब देशात गेल्यास अडचण येऊ नये, म्हणून असे केल्याची माहिती आम्हाला देण्यात आली. त्यानुसार एक वेगळा पास आम्हाला देण्यात आला. हा पास आम्हाला सांभाळून ठेवण्यास सांगण्यात आले. परत जाताना तो दाखवून त्याची नोंद घेण्यात येणार होती. अखेर तीन तासांनी 'त्या' दोघांची सुटका झाली आणि आमची गाडी सुरू झाली. पुन्हा त्या दूरपर्यंत पसरलेल्या, गवताचे पातेही न उगवलेल्या वाळूच्या टेकड्या, मधून मधून तेथील सैन्याचे सशस्त्र गस्तीचे पथक, आकाशात टेहळणी करणारी छोटी विमाने पाहत पाहत आमचा पुढचा प्रवास झाला.

१९ । **माझी भटकंती** (इस्त्राईल, तीर्थरंग आणि अंदमान...)

जागतिक कृषी प्रदर्शनात उपकरणाची माहिती घेतांना विशाल अग्रवाल (रावेर), प्रेमानंद महाजन, प्रशांत महाजन (तांदलवाडी), मनोज महाजन (ऐनपूर).

खजुराच्या बागेत!

आम्ही इस्राईलमधील सर्वात जास्त लांबीच्या महामार्गावरून (४७० किलोमीटर) प्रवास करीत असल्याचे आम्हाला इस्राईलच्या गाईडने सांगितले.

आता आम्हाला ठिकठिकाणी पॉली हाऊसेस मोठ्या प्रमाणावर दिसू लागली. रस्त्याच्या एकीकडे वाळवंट तर दुसरीकडे खजुराची हिरवीगार बाग दिसली. इस्रायली लोकांनी वाळवंटात आपल्या मेहनतीने, तंत्रज्ञानाने कमी पावसावर मात करून केलेल्या प्रगतीची ती एक झलक होती. आम्ही एका खजुराच्या बागेला आणि खजूर पॅकेजिंग हाऊसला भेट दिली. इथल्या दळदार, भल्या मोठ्या आणि गोड खजुर खाण्याची आम्हाला अनुमती मिळाली. दोन-तीन खजुरातच पोट भरले. त्यांची अवीट चव उशिरापर्यंत तोंडात बराच वेळ रेंगाळत होती. इथूनच आम्ही खजूर विकत घेतले. तिथून आम्ही आमचा मुक्काम असलेल्या अँशदोद या शहराकडे निघालो. आता पॉलीहाऊसेसची संख्या खूपच वाढली होती.

जिथपर्यंत नजर पोहचेल तिथपर्यंत पॉलीहाऊसेस दिसत होते. सायंकाळी जेरुसलेम शहराचे बाहेरून दर्शन घेतले. तिथे थांबून दुरून आणि उंचावरून येशू ख्रिस्त आणि महंमद पैगंबर यांच्या पवित्र वास्तू पाहिल्या. जगातील एका प्राचीन शहरातून प्रवास करत आम्ही आमच्या हॉटेलमध्ये पोहचलो. लगेच फ्रेश होऊन आम्ही भारतीय रेस्टॉरंटमध्ये जेवायला गेलो. मुंबईतील मूळ रहिवासी असलेल्या आणि छान मराठी बोलणाऱ्या एका ज्यू व्यक्तीचे हे रेस्टॉरंट होते. तिथल्या वेटर मुलीही मोडकी तोडकी मराठी बोलत. जेवण करून आम्ही

हॉटेलमध्ये परत आलो. आठव्या मजल्यावरील आमच्या रूममधून दिसणारा समुद्र, रुंद रस्ते, विजेची रोषणाई, समोरच्या रस्त्यावरील सुशोभित चौक सारेच सुखद होते. दुसऱ्या दिवशी आम्हाला तेल अवीव शहरात दर तीन वर्षांनी भरणारे जागतिक कृषी प्रदर्शन (ॲग्रीटेक २०१८) पाहायचे होते. त्याची उत्सुकता आता ताणली गेली होती. हा विचार करत असतानाच दिवसभरचा थकवा जाणवत होता. त्यामुळे पटकन झोप लागली.

कृषी प्रदर्शनाला भेट

८ मे रोजी दिवसभर आम्हाला कृषी प्रदर्शन पाहायचे होते. आम्ही मुक्कामी असलेल्या अँशदोद शहरापासून सुमारे तासभर प्रवास करून आम्ही तेल अवीव शहरात पोचलो. कृषी प्रदर्शन असलेल्या एका प्रचंड हॉलकडे जाण्यासाठी आम्ही एक उड्डाणपूल पायी ओलांडला. या पुलाचे वैशिष्ट्य म्हणजे आजूबाजूला काचेच्या नक्षीदार डिझाइन्स होत्या आणि त्यापैकी एकही काच फुटलेली किंवा फोडलेली नव्हती. प्रदर्शनात प्रवेशासाठी इथे मोठी रांग होती आणि प्रवेशासाठी शुल्क आकारले जात होते. आम्हाला रांगेतच आपल्या रावेर तालुक्यातील विशाल अग्रवाल, प्रशांत महाजन, मनोज महाजन, सुनील पाटील आणि मुक्ताईनगरचे अतुल बाविस्कर भेटले. दिवसभर आम्ही सर्वजण बरोबरच होतो. दुपारी साडेबारा ते दोन या वेळेत जेवायला बाहेर जायचे सर्वांचे नियोजन यात्रा कंपनीने केले होते. आमच्या बसमधील असंख्य प्रवासी जेवायला बाहेर गेले. परंतु, आम्ही प्रदर्शनाला पुरेसा वेळ देता यावा म्हणून जेवायला बाहेर जाण्याचे टाळले. दुपारच्या वेळी सोबत आणलेला फराळ आणि अन्य सहकाऱ्यांनी आणलेल्या लाडू, चिवडा अशा वस्तू भराभर खाल्ल्या आणि पुन्हा प्रदर्शनाकडे वळलो.

संगणकाचा जमिनीतील घटक द्रव्ये मोजण्यासाठी वापर, ड्रोनच्या साहाय्याने पेरणी, फवारणी, पिकांचे फोटो काढून रोगाचे निदान करणे आणि पुन्हा ड्रोनच्या साहाय्याने फवारणी, घरच्या घरी बसून मोबाईलच्या साहाय्याने वापरता येईल, असा व्हॉल्व्ह, जैविक कीडनाशके, स्वयंचलित डोसिंग पंप (खते देण्यासाठी) या बाबी नव्याने पाहता आल्या. त्यांची माहिती घेता आली. या जागतिक पातळीवरील कृषी प्रदर्शनात अमेरिका, रशिया आणि युरोपातील देशांचा सहभाग होता, पण इस्राईल मधील उपकरणे जास्त होती.

इथल्या प्रदर्शनात आणि आपल्या इथल्या प्रदर्शनात मला जाणवलेला मूलभूत फरक म्हणजे तिथे कुठल्याही खाद्यपदार्थांचे स्टॉल्स नव्हते. भेट देणारे शेतकरीही स्टॉल्सवरील फक्त माहितीपत्रके घेऊन पुढे जात नव्हते, तर माहिती समजावून घेत होते. आवश्यक वाटले तरच माहितीपत्रक घेतले जात होते. अनेक शेतकरी टिपणे काढत होते आणि मोबाईलमध्ये प्रात्यक्षिके टिपून घेत होते. शेतकरी आपला इमेल कंपनीला देत होते आणि कंपनीची वेबसाईट लिहून घेत होते. ही अभ्यासूवृत्ती आपल्याकडील शेतकऱ्यांमध्येही

वाढली पाहिजे, असे मला वाटले. प्रदर्शनात ११ वेगवेगळे मोठे हॉल्स होते आणि काही उपकरणे उघड्यावर होती. २७५ अश्वशक्तीचा ट्रॅक्टर प्रदर्शनात होता. एका दिवसात ६० ते ७० एकर शेती नांगरणी करू शकणाऱ्या या ट्रॅक्टरची ड्रायव्हर कॅबिन एसी (वातानुकूलित) होती.

हे प्रदर्शन पाहायला महाराष्ट्रातूनही शेतकरी मोठ्या संख्येने आलेले दिसले. एका स्टॉलवर मला महाराष्ट्रीयन साड्या घातलेल्या आणि मराठी बोलणाऱ्या महिलांचा घोळका दिसला. मी नमस्कार म्हणताच, त्यांनीही नमस्कार केला. मी सकाळ-अ‍ॅग्रोवनची ओळख देताच त्यांना आनंद झाला. केंद्रीय रस्ते विकास आणि बांधकाम मंत्री नितीन गडकरी यांच्या पत्नी सौ. कांचन गडकरी यांच्या नेतृत्वाखाली १३ महिला आणि पुरुष मिळून ४५ जण इथे नागपूरहून आले होते. हे ऐकून मलाही आश्चर्य वाटले. तिथल्या प्रदर्शनातील इस्राईलमधील शेतकऱ्यांशी चर्चा करताना मला त्यांच्याकडील पाण्याचा पुनर्वापर, पाण्याचे काटेकोर नियोजन, तंत्रज्ञानाचा वापर, शेती क्षेत्र मोठे असल्याने झालेले यांत्रिकीकरण, कमी पाण्यात अधिकाधिक पैसे मिळणारे पीक कसे काढता येईल याचा विचार, उत्कृष्ट उत्पादनाबरोबरच काढणी पश्चात तंत्रज्ञान, संगणकावर आधारित ठिबक आणि तुषार सिंचन संच, पॉलीहाऊसेसचा अधिकाधिक केलेला वापर, वेळेचा सदुपयोग, त्याचे काटेकोर पालन, कमी बोलणे, जास्त काम हे गुण जाणवले. ही आम्हाला दिसलेली तिथल्या शेतीची आणि माणसांची काही वैशिष्ट्ये म्हणावी लागतील. तिथल्या प्रवेशद्वाराजवळ प्रदर्शनात सहभागी झालेल्या सर्व देशांचे राष्ट्रध्वज लावलेले होते. प्रदर्शनातून बाहेर पडतांना आम्ही सर्वांनी आपल्या राष्ट्रध्वजासोबत व्यक्तिगत आणि सामूहिक फोटो काढले. त्यावेळी उर अभिमानाने भरून आला होता.

जैन इरिगेशनचा सर्वात मोठा स्टॉल

या जागतिक कृषी प्रदर्शनात आपल्या जळगाव जिल्ह्यातील आंतरराष्ट्रीय कंपनी 'जैन इरिगेशन'चा स्टॉल सर्वात मोठा या प्रदर्शनाच्या मध्यवर्ती भागात होता. कंपनीचे ज्येष्ठ पदाधिकारी श्री. अतुलभाऊ जैन यांच्याबरोबर प्रदर्शनाला आलेले शेतकरी फोटो काढून घेत होते.

मी ओळख सांगताच त्यांनी लगेचच त्यांच्या सहकाऱ्यांना मला आवश्यक ती माहिती देण्यास सांगितले. महाराष्ट्रातून तसेच जगभरातून आलेले सारेच शेतकरी या स्टॉलला आवर्जून भेट देत होते आणि माहिती घेत होते. या कंपनीच्या उत्पादनाबरोबरच कंपनीच्या इतिहासाची चित्रे, फोटो आकर्षक पद्धतीने मांडण्यात आली होती. जैन इरिगेशनने २०१२ मध्ये खरेदी केलेल्या आणि १५० देशात शाखा असलेल्या 'नानदान जैन' या बहुराष्ट्रीय कंपनीच्या कार्याची माहितीही आम्हाला इथे मिळाली.

माझी भटकंती (इस्राईल, तीर्थरंग आणि अंदमान...) । २२

तेल अवीवचा उसळता समुद्र

सायंकाळी आम्ही तेल अवीव शहरातील समुद्र किनारा पाहायला गेलो. हे इस्त्राईलमधील अतिसंवेदनशील शहर असल्याने एक मिनिटही असा नव्हता, की आकाशातून जवळून एखादे छोटे विमान किंवा हेलिकॉप्टर टेहळणी करून गेले नाही. खवळलेल्या समुद्राचे उसळणारे पाणी आम्हाला भिजवत होते आणि मुंबईच्या गेट वे ऑफ इंडिया जवळच्या पावसाळ्यातील समुद्राची आठवण येत होती. रात्री तिथल्याच एका भारतीय हॉटेलमध्ये जेवायला गेलो.

हॉटेल चक्क अर्ध्या रस्त्यात होते. आपल्याकडील एखाद्या ढाब्यावर बाहेरच्या प्रांगणात टेबल-खुर्ची ठेवून जेवावे असे हे दृश्य होते. या रस्त्यावर सुंदर कारंजी आणि इतरही अनेक हॉटेल्स आहेत.

वाहनांना पूर्ण बंदी असलेला हा रस्ता. कारण या रस्त्याच्या खालच्या मजल्यावर भली मोठी वाहन पार्किंग व्यवस्था केलेली आहे. या पार्किंगमध्ये शेकडो चारचाकी गाड्या पार्क झालेल्या आम्हाला दिसल्या. या भागात मोठे मॉल्स आणि दुकाने होती. एकमेकांजवळ उभ्या असलेल्या उंच, टोलेजंग इमारती आणि त्यावरील आकर्षक रोषणाई पाहून मन तृप्त झाले. जेवण झाल्यावर त्या हॉटेलवाल्याने आम्हाला गोड पदार्थ म्हणून लाडू दिला. तो खाऊन आणि पाणी पिऊन आम्ही आमच्या हॉटेलमध्ये जाणाऱ्या बसमध्ये बसलो. दुसऱ्या दिवशी आम्हाला मृत समुद्र (Dead Sea) पाहण्यासाठी जायचे होते. खोल समुद्रात पडूनही माणूस बुडत नाही, असा हा समुद्र पाहण्याची आणि शक्य झाल्यास त्यात उतरण्याची उत्सुकता होतीच. त्याबद्दलची माहिती भूगोलाच्या पुस्तकात वाचली होती. आता तो मृत समुद्र साक्षात पाहण्याचा योग आला आहे, हा विचार करता करतच मी झोपी गेलो.

मृत समुद्रात पोहण्याची धमाल मजा...

चला तर आज एका अशा समुद्रात जाणार आहोत, जिथं तुम्हाला अजिबात पोहता येत नसले तरी तुम्ही बुडणार नाही. मलाही भूगोलाच्या पुस्तकात हे वाचलं होतं तेव्हा आश्चर्य वाटलं होतं. पण हे खरं आहे. इस्त्राईल-जॉर्डनच्या सीमेवर हा असा एक समुद्र आहे. याला मृत समुद्र (Dead Sea) असे म्हणतात. हा जगातील एकमेव मृत समुद्र आहे.

इस्त्राईलला भेट देणारे इथे भेट द्यायला येतातच. आमची इस्त्राईल यात्रा निश्चित झाली त्यादिवशीच म्हणजे २४ एप्रिलला आमच्या टुरिस्ट कंपनीने आम्हाला केलेल्या ई-मेल मध्ये 'मृत समुद्रात तुम्हाला पोहायचे असेल तर सोबत स्विमिंग सूट घ्या' अशी सूचना केली होती. मी मृत समुद्राबद्दल त्रोटक माहिती वाचली होती. पण आता तिथे जायला मिळेल आणि त्यात न बुडण्याचाही अनुभव घेता येईल, हे स्वप्नातही पाहिले नव्हते. पण न पाहिलेले स्वप्न प्रत्यक्षात येणार होते. हा माझ्यासाठी अनमोल क्षण ठरणार होता. सफाईने

२३ । **माझी भटकंती** (इस्त्राईल, तीर्थरंग आणि अंदमान...)

पोहता येत नसूनही मी सामानात आठवणीने स्विमिंग सूट ठेवला होता.

या मृत समुद्राची लांबी जास्तीत जास्त ६५ किलोमीटर, रुंदी जास्तीत जास्त १८ किलोमीटर आहे. हा समुद्र जगातील अन्य समुद्र सपाटीहून चारशे मीटर खोल आहे. जगातील अन्य समुद्रापेक्षा याचे पाणी ६ पट जास्त खारट आहे. त्या पाण्याची घनता जास्त असल्याने मनुष्य त्यात बुडत नाही. पाण्यात पडल्यावर देखील थोडेही हातपाय न हलविता मनुष्य त्यावर तरंगत राहतो. अनेक जण पाण्यात पडल्या पडल्या वर्तमानपत्र वाचतात. या समुद्राच्या पाण्यात ब्रोमीन, मॅग्नेशियम, आयोडीन आणि सल्फर मोठ्या प्रमाणावर आहे. म्हणून यात स्नान केल्याने सौंदर्य वृद्धी होते, त्वचारोग नष्ट होतात, असे सांगितले जाते. या समुद्राला येथील अत्यंत पवित्र मानली गेलेली जॉर्डन ही मोठी नदी आणि अन्य छोट्या नदी नाले येऊन मिळतात. इथे समुद्रात आंघोळीच्या आधी आम्हाला किनाऱ्यावर असलेल्या हॉटेलमध्ये जेवायला नेण्यात आले. जेवणात पदार्थ भरपूर होते. पण उकडलेले तांदूळ आणि मका सोडले तर सारेच मांसाहारी पदार्थ. आम्हाला समुद्रात पोहायची उत्सुकता असल्याने आम्ही नेहमीप्रमाणे आमच्या बॅगामधील खाद्य पदार्थांचाच घाईघाईने नाश्ता केला. तो खातानाच शेजारी पसरलेला निळाशार समुद्र आम्हाला खुणावत होता. किनाऱ्यावर येऊन आदळणाऱ्या,खळाळणाऱ्या लाटा आणि किनाऱ्यावर शेकडो पर्यटक पाहून तो 'मृत समुद्र' मला तर 'जिवंत- चैतन्यमय' भासत होता. आम्ही भर्रकन नाश्ता आटोपून समुद्रावर गेलो.

आमच्या सहा जणांपैकी सचिन डोंगरे (नागपूर) आणि मनोज जवंजाळ (काटोल) यांनी पोहायला सुरवातीला नकार दिला.त्यांनी स्विमिंग सूट आणला नव्हता. ज्येष्ठ पत्रकार आणि इस्राईलला पाचव्यांदा आलेले डॉ. सुधीर भोंगळे यांनी देखील किनाऱ्यावर बसून गंमत पाहणेच पसंत केले. आम्ही आमचे कपडे, मोबाईल व किमती सामान त्यांच्याकडे देऊन पाण्यात उतरलो. त्यांना आमचे शूटिंग करायला आणि फोटो काढायला सांगायला विसरलो नाही. मी, प्रेमानंद महाजन, महेंद्र शाह आणि विजय अजमिरे पाण्यात उतरलो. अत्यंत चिकट अशी माती, रेती किनाऱ्यावर होती. एखाद्या तेलमिश्रित पाण्यात असतो, असा चिकटपणा पाण्यात होता. पाण्यात उतरताना अनेकदा पाय घसरला. पण सावरत सावरत गुडघाभर चिखलातून एकदाचे पाण्यात आलो. गाईडने सांगितल्याप्रमाणे कमरेएवढ्या पाण्यात उभे राहून मागच्या बाजूला स्वतःला घाबरत घाबरत झोकून दिले आणि काय आश्चर्य? मी चक्क तरंगत होतो. आपण नेहमी पोहतो, तसे न पोहता पालथे यासाठी पोहायचे की पाण्यात असलेल्या क्षारांमुळे डोळ्यात थेंबभरही पाणी गेले तरी डोळ्यांची प्रचंड जळजळ झाली असती. तरीही साताऱ्याच्या महेंद्र शाह यांच्या डोळ्यात काही थेंब चुकून उडालेच. त्यांच्या डोळ्यांची जळजळ आणि वेदना पाहवत नव्हत्या. त्यांनी दोन्ही डोळे मिटून घेतले. प्रेमानंद महाजन त्यांना कसेबसे बाहेर घेऊन गेले. बाहेरच्या नळावर आंघोळ करून ते दोघे पुन्हा परतले. तोपर्यंत आम्ही पाण्यात उलटे पोहण्याचा यथेच्छ आनंद लुटला. हे पाणी अत्यंत

खारट असल्याचे आधी सांगितले आहेच. ते तोंडात गेले की उलटी होणारच. म्हणूनही उलटे पोहण्याची पद्धत आहे.

अनेक जण इथे पाण्याखालील चिखल संपूर्ण शरीराला फासून उन्हात वाळवत बसले होते. आमचा पोहण्याचा कार्यक्रम बराच वेळ सुरु राहिल्याने आमचा 'यात्रा डॉट कॉम' वाला गाईड 'प्लिज कम' अशी विनंती करीत होता. अनिच्छेनेच आम्ही पाण्यातून बाहेर पडलो. बाहेर तीन-चार ठिकाणी स्वच्छ पाण्याने आंघोळ करण्याची व्यवस्था होती. तिथे आंघोळ करून मी पुन्हा माझ्या मोबाईलमध्ये तिथले चित्रण करून घेतले. इथे स्त्री-पुरुष मोकळेपणाने स्नान करीत होते. मी चित्रण करीत असतांना त्यात तेथील महिलाही आल्याच; पण कोणीही माझ्या चित्रीकरणाकडे लक्ष दिले नाही. तसे अन्य असंख्य पर्यटकही चित्रीकरण करीत होतेच.

पूर्वी रशियात देखील एक असाच मृत समुद्र होता. तो आकुंचन पावत नष्ट झाला. इस्त्राईलमधील हा मृतसमुद्र देखील हळूहळू लहान होत आहे. या शतकाअखेर हा समुद्रही इतिहास जमा होईल, असे शास्त्रज्ञांचे मत आहे. आमच्यातील काही जणांनी तिथली माती विकत घेतली. महेंद्र शाह यांना त्यांच्या मित्रांनी सांगितल्यानुसार त्यांनी सहा डबे (पाचशे रुपयांना एक डबा) घेतले. टुरिस्ट स्पॉट असल्याने इथे महागाई जरा जास्तच वाटली. गोव्यात जसे टी शर्टस दोन अडीचशे रुपयांना मिळतात, तसे येथील टी शर्टस तिथे नव्वद ते शंभर शेकेलला (इस्त्राईलचे चलन) म्हणजे अठराशे ते दोन हजार रुपयांना मिळत होते. पाण्याची अर्धा लिटरची बाटली दोनशे ऐंशी रुपयांना! मग, अन्य वस्तूंच्या किमती विचारण्याच्या भानगडीत न पडता मी थेट बसमध्ये येऊन बसलो.

दुसऱ्या दिवशी आम्हाला ख्रिश्चन, यहुदी आणि मुस्लिम धर्मियांसाठी महत्त्वाचे आणि जगातील एक प्राचीन शहर असलेल्या जेरुसलेमला भेट देणार होतो. येशू ख्रिस्त यांना क्रुसावर चढविले त्या जेरुसलेम शहराला आणि दफन केले या ठिकाणांना भेट द्यायची आहे, असे गाईडने आम्हाला सांगितले. जगातील सर्वात जास्त लोकसंख्या ज्या धर्माची आहे त्या धर्माच्या संस्थापकाची ती स्थळे कशी आहेत, याबाबतची आणखी माहिती गाईडकडून घेत घेतच आम्ही हॉटेलमध्ये पोचलो.

जेरुसलेम आणि बेथलेहेमची संस्मरणीय भेट

आमच्या इस्त्राईल कृषी अभ्यास दौऱ्यात प्रेक्षणीय स्थळांना भेटी देता येतील, असे वाटले नव्हते. पण आदल्या दिवशी गाईडने सांगितल्याप्रमाणे आम्ही दिवसभर जेरुसलेम आणि बेथलेहेम पाहिले. त्यासाठी आदल्या दिवशीच आम्ही जेरुसलेममधील एका मोठ्या हॉटेलमध्ये मुक्कामी आलो होतो. रात्र झाली होती आणि आमची गाडी हॉटेलच्या अगदी जवळ उभी राहिल्याने हॉटेल किती मजली आहे, हे कळले नाही. मला आणि प्रेमानंद महाजन

तेल अवीव शहरातील ॲग्रीटेक २०१८ या जागतिक कृषी प्रदर्शनाच्या फलकासमोर महाराष्ट्रातील शेतकरी.

यांना तिसऱ्या मजल्यावर रूम मिळाली. आम्ही रूमची इलेक्ट्रॉनिक चावी घेऊन लिफ्टमध्ये आलो आणि तिसऱ्या मजल्याचे बटण दाबले. लिफ्ट खालच्या दिशेने जात असल्याचे मला जाणवले. रूममध्ये आल्यावर समजले की या हॉटेलमध्ये प्रवेश करण्याचे प्रवेशद्वार पूर्वेला आणि फक्त एक मजली आहे. हॉटेलचे ८ मजले पश्चिमेला खालच्या बाजूला आहेत. रूममधून जेरुसलेमच्या टेकड्या, त्यावरील दाटीवाटीने वसलेली घरे, वाहनांची तुरळक ये जा दिसत होती. फ्रेश होऊन आम्ही जेवण केले आणि झोपलो.

जेरुसलेम बघायचे म्हटल्यावर डोळ्यासमोर आले ते येशू ख्रिस्त आणि मोहम्मद पैगंबर. जेरुसलेम हे जगातील सर्वात जुने शहरांपैकी एक आहे, असे मानले जाते. काशी, मथुरा, अयोध्या, नालंदा, तक्षशीला, मक्का, मदिना, पेशावर, तेहरान, बगदाद, रोम, उज्जैन, रामेश्वर, जगन्नाथ ही काही आणखी जगातील पुरातन शहरे आहेत. जेरुसलेम ही इस्राईलची नवीन राजधानी आणि सर्वात मोठे शहर आहे. यहुदी धर्माचे जगातील सर्वात पवित्र आणि इस्लाम धर्मानुसार मक्का, मदिनानंतरचे हे तिसऱ्या क्रमांकाचे पवित्र शहर आहे. २२५ चौरस किलोमीटर क्षेत्रफळ असलेल्या या शहराची लोकसंख्या अवघी ८ लाख इतकी आहे. बेथलेहेम म्हणजे येशू ख्रिस्त यांचे जन्मस्थान, त्यांची कर्मभूमी. जेरुसलेममध्ये त्यांना क्रुसावर चढविण्यात आले, दफन करण्यात आले आणि येशू ख्रिस्त पुन्हा जिवंत दिसले, अशी ठिकाणे. प्रेषित मोहम्मद पैगंबर यांनी येथूनच स्वर्गारोहण केले होते, अशी इस्लाम धर्मियांची श्रद्धा आहे.

माझी भटकंती (इस्राईल, तीर्थरंग आणि अंदमान...) । २६

आमचा जास्त वेळ जेरुसलेम मधील 'चर्च ऑफ हॉली' मध्ये गेला. या एक चौरस किलोमीटर परिसरात यहुदी (ज्यू) धर्माचे सर्व प्रकारचे पूजा साहित्य मिळते. अगदी अरुंद गल्ल्या, एकमेकांना खेटून असलेली ज्यू धर्माच्या साहित्याची विक्री करणारी दुकाने तिथे होती. गर्दीही मोठ्या प्रमाणावर होती. गल्ल्या आणि दुकाने एकसारख्या साहित्याची विक्री करणारी आणि दुकानांची नावे हिब्रू भाषेत. त्यामुळे आमचा गाईड पुन्हा पुन्हा आम्हाला 'सोबत रहा' असे सांगत होता. तरीही साताऱ्याचे महेंद्र शाह त्यांच्या मुलांसाठी कपडे घेत असताना मागे राहिले आणि मग त्यांना आम्ही कुठे आहोत, हे सांगताना आम्हाला खूप कष्ट पडले. शेवटी एक दीड तासांनी ते आमच्यापर्यंत पोचले आणि आम्ही सुटकेचा निःश्वास टाकला.

जेथे येशू ख्रिस्त यांना क्रुसावर चढविले आणि दफन केले तेथील बांधकाम खूप जुने होते. बांधकामात कलात्मकता होती. ख्रिस्ताच्या जीवनावरील अनेक सुबक चित्रे काढलेली होती. काचेची नक्षीदार झुंबरे, जुन्या पद्धतीचे झुंबर दिवे, ख्रिस्ताच्या आणि विविध धर्मगुरूंच्या सुबक, कोरीव मूर्ती लक्ष वेधून घेत होत्या. इथे वर टांगलेली काही झुंबरे आणि दिवे सोन्याचे होते. पर्यटकांची तसेच संबंधित धर्माच्या भाविकांची मोठी गर्दी असूनही इथे गोंधळ नव्हता, लोटालोटी, ढकलाढकली नव्हती. लोक रांगेत, शिस्तीत दर्शन घेत होते. असंख्य धर्मगुरू,पोप पांढऱ्या शुभ्र पोशाखात आले होते. आमच्या गाईडने सर्वात शेवटी यहुदी (ज्यू) धर्माच्या पवित्र भिंतीजवळ (वेस्टर्न वॉल) आम्हाला आणले. इथे या भिंतीवर डोके ठेवून मनातील इच्छा एका कागदावर लिहून ती चिठ्ठी भिंतीवर ठेवल्यास इच्छा पूर्ण होते, अशी त्यांची श्रद्धा आहे. आलेले सर्व ज्यू बांधव आपली इच्छा व्यक्त करीत होते. याच्या अगदी शेजारी मुस्लिम धर्मियांची अल अक्सा मशीद आहे. मशिदीचा घुमट सोन्याने मढविलेला आहे. येथूनच हजरत मोहम्मद पैगंबर स्वर्गात गेले आणि तेथून अल्लाहचा संदेश घेऊन पुन्हा पृथ्वीवर आले, अशी इस्लाम धर्मियांची श्रद्धा आहे. ही मशीद अर्थातच आम्हाला फक्त दुरूनच पाहता आली. इस्त्राईलमध्ये प्रवेश करताना आमच्यातील ज्या एका मुस्लिम बांधवाची अधिकाऱ्यांनी कसून चौकशी केली होती, तो मात्र सकाळीच आमच्या गाईडची परवानगी घेऊन अल अक्सा मशिदीत गेला होता. आमचा गाईड ज्यू असल्याने मी विचारूनही त्याने मशिदीबद्दल आधिक माहिती देणे टाळले. नंतर आम्हाला शॉपिंगसाठी एक तासभर देण्यात आला. आम्ही खूप दुकाने पाहिली. कपडे, खाद्यपदार्थ, ड्रायफ्रूटस, फळांवर प्रक्रिया केलेले पदार्थ, अत्तरे यांची दुकाने जास्त होती. या बाजारपेठेत अत्तरासह फळांचा सुगंधही दरवळत होता. आम्ही आस्वाद घेतला तो आंब्याच्या वड्यांचा. या वड्या फारच रुचकर, स्वादिष्ट होत्या. 'आसमान से गिरे खजूर मैं अटके' असं आपण सतत ऐकत असतो. येथे खजूर उत्पादन होत असल्याने बाजारपेठेतील विविध खजूर पाहून आणखी काही किलो खजूर खरेदीचा मोह आम्हाला 'अटकाव' करू शकला नाही. खजूर खरेदीत

२७ । **माझी भटकंती** (इस्त्राईल, तीर्थरंग आणि अंदमान...)

खरंतर आम्ही अडकलो, नाही 'अटकलो' असंच म्हणावं लागेल. तसेच सुगंधित दरवळाची आठवणीची कुपी सोबत असावी म्हणून अत्तर खरेदीही आम्ही या बाजारपेठेच्या आसमंतात केली.

दुपारी बेथलेहेमला गेलो. तिथे येशू ख्रिस्ताची जन्मभूमी पाहिली. अयोध्येला जाण्याचा योग अजून आला नाही. पण मथुरा, वृंदावनला मी दोनदा गेलो आहे. त्याची आठवण यावेळी झाली. ज्यू धर्मियांची सर्वात पवित्र मानल्या गेलेल्या व जॉर्डन नदीकाठी असलेल्या यॉर्डेनीट या ठिकाणाला आम्ही भेट दिली. येथे येशूने नदीत स्नान केले होते, अशी माहिती गाईडने दिली. येथे ज्यू धर्माची दीक्षा दिली जाते. त्यापूर्वी जॉर्डन नदीत स्नान करावे लागते. आपल्याकडे भाविक गंगा, नर्मदा नदीत जसे भक्तिभावाने स्नान करतात आणि सोबत तीर्थही नेतात, तसे ज्यू लोकही तिथे श्रद्धापूर्वक स्नान करून बाटलीत तीर्थ नेत होते. या जागेचे महत्त्व सांगणारे फलक सुमारे वीस भाषांतून इथे लिहिलेले होते.

आमच्या इस्त्राईल-जॉर्डनमधील दौऱ्याचा हा सहावा दिवस होता. दुसऱ्या दिवशी पहाटे आम्हाला परतीच्या प्रवासाला निघायचे होते याची आठवण झाली. हॉटेलमध्ये रात्री उशिरा परत आलो. गेल्या पाच दिवसात काय काय पाहिले, याची मनातल्या मनात उजळणी करता करताच झोप लागली.

इस्त्राईल शेतीसाठी वरदान असलेला सांडपाण्यावरील प्रकल्प

तेल अवीव पासून ३५ किलोमीटर अंतरावर असलेल्या इर्शान गावाजवळ 'शफदान' या सांडपाण्यावर प्रक्रिया करणाऱ्या प्रकल्पाला शेतकऱ्यांसह आम्ही भेट दिली. बस तेथे पोहोचल्यावर बसमधून उतरताना गाईडने प्रकल्पाबाबत सांगताच काहींनी नाराजी व्यक्त करण्यास सुरवात केली. सांडपाण्यावरचा प्रकल्प काय पाहायचा? आपल्या देशात काय कमी आहे? असा त्यांचा एकंदर अविर्भाव होता. आम्ही मात्र उत्सुकतेने प्रकल्प पाहण्यास तयार होतो. या प्रकल्पाची माहिती आम्हाला एका महिलेने दिली. येणाऱ्या पर्यटकांना या योजनेची माहिती देण्याची जबाबदारी तिच्याकडे होती. या कार्यालय ती एकटीच असल्याने कर्मचारी, अधिकारी आणि शिपाई अशा सर्व जबाबदाऱ्या ती पार पडत होती. संपूर्ण इस्त्राईलमधील औद्योगिक, घरगुती, दवाखाने यांचे सांडपाणी आणि पावसाच्या पाण्यावर येथे प्रक्रिया केली जाते. दररोज तीन लाख ८० हजार घनमीटर पाण्यावर येथे प्रक्रिया करण्यात येते. शुद्धीकरण प्रक्रिया २४ तास सुरू असते. इस्त्राईलमधील २५ शहरे आणि ८७ प्रकल्पांचे सांडपाणी येथे वाहून आणले जाते. हे सांडपाणी त्या त्या शहरांनी पाईपलाईनने तिथपर्यंत आणून दिले आहे. त्यावर प्रक्रिया करून हे पाणी शेतीसाठी वापरतात. इस्त्राईलच्या शेतीला लागणाऱ्या एकूण पाण्याच्या १५ टक्के पाण्याची गरज यातून भागविली जाते. विशेष म्हणजे हे सांडपाणी त्या त्या शहरांकडून विकत घेतले जाते आणि शुद्ध करून शेतीला विकत दिले

माझी भटकंती (इस्त्राईल, तीर्थरंग आणि अंदमान...) । २८

जाते. ना नफा ना तोटा, या तत्वावर हा प्रकल्प राबविण्यात येतो.

भारतात पावसाचे प्रमाण हळूहळू कमी होत आहे. भविष्यात अशा प्रकारच्या प्रकल्पाची आवश्यकता निर्माण होण्याची शक्यता गृहीत धरून सर्वच शेतकऱ्यांनी सुमारे दोन तास हा प्रकल्प पाहिला. येताना जे शेतकरी 'सांडपाण्यावरचा प्रकल्प काय पाहायचा?' म्हणून नाराज होते त्यांनाही याचे महत्त्व पटले होते. सुरवातीला कार्यालयात एलसीडी प्रोजेक्टरवर माहिती घेतल्यानंतर शेजारी असलेल्या या प्रकल्पाची पाहणी शेतकऱ्यांनी केली. आमच्या रावेर शहरासाठी पिण्याचे पाणी ऐनपूर येथील तापी नदीवरून आणून शुद्धीकरण केले जाते. त्यासाठी जुना सावदा रोडवर पालिकेचा जलशुद्धीकरण प्रकल्प आहे. तिथे तशी किमान १०० जलशुद्धीकरण केंद्रे आहेत. ती पाच हजार गुंठे क्षेत्रावर कार्यरत आहेत. २५ मोठ्या शहरातील सांडपाणी इथे येते. ते इतके घाण दिसते की तिकडे बघूच नये. पण या पाण्यातून माती, प्लास्टिक, लोखंड आदी वेगळे करण्यात येते. यातून रोज ३० टन माती वेगळी केली जाते आणि त्यापासून महिन्याला ४०० टन खत तयार होते. या प्रकल्पासाठी वॉटर कॉर्पोरेशन ऑफ इस्राईल मदत करते, अशी माहिती देण्यात आली. लवकरच या प्रकल्पाचा चौपट विस्तार करण्यात येणार आहे. इस्राईलच्या अन्य शहरातील सांडपाणीही इथे आणून त्यावर प्रक्रिया करून ते शेतीसाठी वापरण्यात येणार आहे. बसमध्ये बसूनच या भव्य प्रकल्पभोवती फेरी मारावी लागली. आपल्याकडे पुणे शहरात सांडपाण्यावर प्रक्रिया करून ते मुळा-मुठा नदीत सोडण्यात येते. पण अन्य शहरातील सांडपाणी नदीत, तेथून धरणात किंवा समुद्रात जाते. त्यामुळे पिण्याचे पाणी किती दूषित होते, याचा कोणीही विचार करत नाही. आज अशा प्रकारच्या प्रकल्पाची गरज आपल्याला वाटत नाही. पण येत्या काही वर्षांत याची गरज निर्माण होईल हे अगदी नक्की.

आणि परतीच्या प्रवासाचा दिवस उजाडला...

१२ मे रोजी पहाटे ५ वाजता उठून आम्ही तयार झालो. साडेपाच वाजता आमचा नाष्टा आम्हीच डब्यात भरून घेतला. पावणे सहा वाजता आमची टॅक्सी आली आणि आम्ही परतीच्या प्रवासाला निघालो. हलका पाऊस सुरू होता. हवेत मस्त गारवा होता. रस्ता निर्मनुष्य होता पण ज्या चौकात ट्रॅफिक सिग्नलवर लाल दिवे होते तिथे देखील ड्रायव्हर गाडी थांबवित होता आणि ट्रॅफिक सिग्नल सुरू झाल्यावर; म्हणजे हिरवे दिवे सुरू झाल्यावर गाडी पुढे नेत होता. याबाबत ड्रायव्हरला विचारले असता वाहतूक नियमांचे पालन करणे आपले कर्तव्य असल्याचे त्याने सांगितले, तसेच तिथे प्रत्येक चौकात सीसीटीव्ही कॅमेरे असल्याचे त्याने सांगितले. सिग्नल तोडल्यास मोठा आर्थिक दंड केला जातो असे तो म्हणाला.आमची गाडी भरधाव वेगाने चालली होती मात्र सकाळी ११ पर्यंत आम्ही जॉर्डनच्या विमानतळावर कसे पोहचू याची काळजी होती.

२९ । **माझी भटकंती** (इस्राईल, तीर्थरंग आणि अंदमान...)

जैन इरिगेशनचे जॉईंट मॅनेजिंग डायरेक्टर मा श्री. अजितभाऊ जैन यांच्यासह महाराष्ट्राचे शेतकरी प्रतिनिधी व मी.

इस्त्राईलच्या बाहेर तपासण्या करून जाणे आणि जॉर्डनमध्ये प्रवेश करून अम्मानच्या विमानतळापर्यंत प्रवास करणे बाकी होते. इस्त्राईल परराष्ट्र नाक्यावर आमची मदत करण्यासाठी आमच्या इस्त्राईलमधील ट्रॅव्हल्स कंपनीचे मॅनेजिंग डायरेक्टर बायनामीन बेनी स्वतः उपस्थित होते. त्यांच्यामुळे अवघ्या १५ मिनिटात आम्ही आवश्यक ती कागदपत्रे दाखवून जॉर्डनकडे जाणाऱ्या दुसऱ्या गाडीत बसलो. अम्मान विमानतळावर पुन्हा तिथला गाईड आम्हाला घ्यायला आला. आमची अम्मान-कुवेत आणि कुवेत-मुंबई तिकिटे आमच्या हाती मिळाल्यावर आणि आमच्या बॅग, मोठे सामान विमान कंपनीच्या ताब्यात दिल्यावर तो निघून गेला. आम्ही अम्मानहून कुवेतला दुपारी पोचलो.

कुवेतहून मुंबईचे विमान रात्री साडेआठ वाजता होते. आम्ही कुवेत विमानतळावर चॉकलेट्स खरेदी केली. खूप फिरलो आणि पहाटे मुंबईत आलो.

पाण्याचा काटकसरीने वापर

इस्त्राईलमध्ये गोड्या पाण्याचे दुर्भिक्ष्य आहे, हे जगजाहीर आहे. म्हणून पाण्याचा वापर ते जपून करतात. आम्हाला ७ दिवसांच्या जॉर्डन-इस्त्राईल प्रवासात जितक्या कार, मोटारगाड्या दिसल्या त्या बाहेरून स्वच्छ धुतलेल्या नसायच्या. त्यावर धूळ बसलेली असायची. पाण्याचा काटकसरीने वापर करण्याच्या धोरणाचा तो एक भाग होता. आपल्याकडे कोणाच्याही घरी जा किंवा हॉटेलमध्ये, पाणी न मागता मिळते. आम्हाला तिथे कोणाच्या

घरी जाता आले नाही. पण बाहेर हॉटेलमध्ये पाणी मात्र विकतच घ्यावे लागले. जेवतांना पाहिजे तेवढ्या पाण्याच्या बाटल्या मिळत. त्यातले शिल्लक पाणी आम्ही जपून वापरत असू. आगामी तिसरे महायुद्ध झालेच तर ते पाण्यावरून होईल याची खात्री यावरून पटली.

कर्तव्यदक्ष पारूल आणि राष्ट्रनिष्ठ बेनी

इस्राईल-जॉर्डनच्या दौऱ्यातील सात दिवसांच्या प्रवासात अनेक जण भेटले. या दौऱ्यात ज्यांच्याशी जवळून संपर्क आला ते महाराष्ट्रातील चौघे सुरवातीला अनोळखी होते. पण १-२ दिवसांत ते मित्र झाले. अर्थात मी पत्रकार, शिक्षक असल्याचा आणि ते मनमिळाऊ असल्याचा हा परिणाम. प्रेमानंद महाजन (तांदलवाडी) यांच्याशी यापूर्वीही ओळख होती. भेटीही झाल्या होत्या. पण या दौऱ्यात मला त्यांच्यातील एक जागरूक, चिकित्सक शेतकरी दिसला. विशाल अग्रवाल यांचे इंग्रजीवर असलेले प्रभुत्व कृषी प्रदर्शनात दिसले. प्रशांत महाजन (तांदलवाडी), मनोज महाजन (ऐनपूर) यांच्यात नवीन शिकण्याची उमेद होती. सचिन डोंगरे (नागपूर) हे व्यक्तिमत्त्व बोलके आणि उत्साही होते. महेंद्र शाह (सातारा) हे काहीसे अबोल पण संवेदनशील व्यक्ती होते. याशिवाय लक्षात राहतील असे आणखी तिघेजण होते.

मूळच्या चंदीगडच्या पारूल चोप्रा

जॉर्डनची राजधानी अम्मानच्या हॉटेलमधून इस्राईलकडे निघतांना आम्ही बसमध्ये बसलो. तेवढ्यात एका ३५ ते ३६ वर्षांच्या, स्टायलिश कपडे परिधान केलेल्या महिलेने बसमध्ये प्रवेश केला. ड्रायव्हरच्या मागील सीटवर ती बसली. आल्या आल्या तिने सफाईदार इंग्रजीत आपला परिचय करून दिला. ती आमच्या यात्रा डॉट कॉम, या टुरिस्ट कंपनीची टूर मॅनेजर पारूल चोप्रा होती. स्पष्ट उच्चार, प्रथमदर्शनीच पंजाबी वाटेल असा उभट चेहरा, बोलण्यात आणि नजरेत आत्मविश्वास ठासून भरलेला. तिचे मोकळे केस ती दर मिनिटाला मागे सारायची.

वयाच्या १९ व्या वर्षी ती विमानात हवाई सुंदरी झाली. पण यापेक्षा काहीतरी वेगळे करायचे या विचाराने तिने ही आव्हानात्मक नोकरी स्वीकारली होती. तिने हवाई सुंदरी आणि आता टूर मॅनेजर या नात्यांनी ३५ देशांचा प्रवास केलेला आहे. इस्राईलचा हा तिचा पहिलाच दौरा होता. त्यामुळे प्रत्येक ठिकाण तिने उत्सुकतेने पाहिले. टूरमधल्या प्रवाशांची कोणतीही समस्या असो ती तिथल्या तिथे मिटवित असे. सुटण्यासारख्या समस्येवर ती लगेच निर्णय घेई, अन्यथा तिथल्या तिथे नाही सांगून विषय बदलण्यात ती वाकबगार होती. ठिकाणे बघण्याबाबत किंवा जेवणाबाबत खोटी आश्वासने तिने कधी दिली नाहीत किंवा दौऱ्यात कधीही अपुरी, चुकीची माहितीही दिली नाही. इस्राईलमधल्या गाईडशी ती

आत्मीयतेने बोलून त्यांची नावे लक्षात ठेवी हवे. त्यांचे मोबाईल नंबर लिहून घेई.

आम्हाला कुठे उतरायचे? कुठे जेवायचे? काय पाहायचे याची माहिती ती आधीच इस्राईलमधल्या टुरिस्ट कंपनीकडून घेत असे. इस्राईलमधल्या गाईडने सांगितलेली माहिती आम्हाला कळली नाही तर ती सोप्या इंग्रजीत किंवा हिंदीत सांगे. ती तिचे आई, वडील, दोन मुले यांच्याविषयी भरभरून बोलत असे. पण पतीबद्दल ती अवाक्षरही बोलली नाही. आम्हीही तिला त्याबद्दल विचारणे टाळले. कदाचित त्यांच्यात वितुष्ट असावे. आमच्या ७ दिवसांच्या प्रवासात ती एकटी महिला आमच्या बरोबर होती. पण आम्हाला कधी तसे जाणवले नाही. ती रोज थोडी उशिरा उठे हवे. आम्ही सर्व जण तयार होऊन हॉटेलच्या लॉबीत गोळा झालो, की ती घाईघाईने काहीसे उशिरा येई. दुपारी आणि रात्री सर्वांचे जेवण झाल्यावरच ती जेवण करायची. कोणाला काही अडचण आहे का, हे अगत्याने विचारत असे. रात्री सर्व प्रवासी आपापल्या रूममध्ये गेल्यानंतर सर्वात शेवटी ती जात असे.

इस्राईलमधून भारतात परत येण्यासाठी १२ मे रोजी आमचे परतीचे विमान जॉर्डनमधून दुपारी साडेबारा वाजता होते. त्यामुळे आम्हाला जेरुसलेममधून सकाळी सहा वाजता निघणे आवश्यक होते. पारूल यांनी रात्रीच आमची टॅक्सीची सोय करून ड्रायव्हरचा मोबाईल नंबर दिला. रस्त्यात आमची नाश्त्याची व्यवस्था कोठे आहे, याबाबी कन्फर्म केल्या आणि नंतरच आमचा निरोप घेतला. एक जबाबदार टूर मॅनेजर कसा असावा, याचे उत्कृष्ट उदाहरण होती पारूल चोप्रा.

बेनी बायनामीन

१२ मे रोजी आम्ही सकाळी ६ वाजताच जेरुसलेम येथून जॉर्डनच्या अम्मान विमानतळाच्या दिशेने निघालो. आमचे विमान दुपारी साडेबारा वाजता होते. पण त्यापूर्वी किमान दिड-दोन तास आधी सकाळी ११ पर्यंत विमानतळावर कसे पोचायचे, याबाबत आम्हीही काळजीत होतो. इस्राईल तपासणी नाक्यातून शक्य तितक्या लवकर बाहेर निघणे आवश्यक होते. सकाळी सात-सव्वासात पर्यंत आम्ही इस्रायलच्या नाक्याजवळ पोचलो. नाक्यापासून दोन किलोमीटर अंतरावर आम्हाला थांबविण्यात आले. तपासणी सकाळी आठ वाजता सुरू होणार होती. आम्ही एका बाजूला गाडी लावायला सांगून आमच्या नाश्त्याची पाकिटे काढली. तेव्हढ्यात आमच्या गाडीजवळ एक काळ्या रंगाची चकचकीत गाडी येऊन थांबली.

आमच्या ड्रायव्हरने गाडीतून उतरत त्या गाडीच्या 'ड्रायव्हर'चे स्वागत केले. गाडीतून एक अत्यंत रुबाबदार व्यक्ती बाहेर आली. इस्राईलमधील आमची सर्व व्यवस्था पाहणाऱ्या कंपनीचे ते मॅनेजिंग डायरेक्टर होते. त्यांचे नाव, बेनी बायनामीन. ५५ ते ५६ वर्षांचे बेनी सफाईदार मराठीत बोलत होते. आम्हा ६ जणांचे विमान चुकू नये, इस्राईल तपासणी

नाक्यावर अडचण येऊ नये म्हणून ते आले होते. सुमारे ५० वर्षांपूर्वी त्यांचा परिवार मुंबईतून इस्राईलमध्ये आला तो कायमचाच. अर्थात त्यांचे भारतात येणे जाणे सुरूच असते. त्यांचा टुरिस्ट कंपनीचा व्यवसाय आहे. त्यांच्याकडे १५ मोठ्या वातानुकूलित लक्झरी बसेस आणि २५० कार्स आहेत. सगळ्या जगातून, विशेषतः भारतातून येणाऱ्या पर्यटकांना ते भोजन, निवास, प्रवास, गाईड या सुविधा उपलब्ध करून देतात. इतका मोठा कारभार ते आपली पत्नी, एक मुलगा आणि एक मुलगी या तिघांच्या मदतीने पाहतात हे खरंच विशेष!

अगदी साधी राहणी असलेले बेनी यांच्या मनात इस्राईलबद्दल राष्ट्रभक्ती आहेच. तसेच भारताबद्दलही आदर व्यक्त होत होता. भारतात लवकरच एक उद्योग सुरु करण्याचा मनोदय त्यांनी व्यक्त केला. आम्ही उभे राहूनच नाश्ता करत त्यांच्याशी बोलत होतो. नाश्ता संपल्यावर प्लास्टिकचे रिकामे डबे त्यांनी आम्हाला तिथे रस्त्याच्या कडेला टाकू दिले नाहीत. ते गाडीत ठेवायला सांगितले. एव्हढ्यात नाक्यावरील गार्डने आम्हाला गाडी आत नेण्यासाठी सांगितले. यावेळी त्यांनी आम्हाला 'माझ्या गाडीत तपासणी नाक्यापर्यंत या असे निमंत्रण दिले." बेनी यांच्या निमंत्रणाचा मी आनंदाने स्वीकार केला आणि त्यांच्या गाडीत बसलो. त्यांनी मला त्यांच्याजवळ पुढे बसण्यासाठी सांगितले. मला त्यामुळे त्यांच्याशी गप्पा मारता येणार होत्या. त्यांची गाडी विशेष बनावटीची होती. गाडीला वाळू,चिखल, टेकडी, दगड,बर्फ यावरून चालविण्यासाठी वेगवेगळे गिअर्स होते. गाडीत पुढे इस्राईल आणि भारताचे राष्ट्रध्वज होते. भारतीय चलनात त्या गाडीची किंमत एक कोटी दहा लाख रुपये होती.

आपली गाडी आपणच चालवितो, ड्रायव्हर ठेवलेला नाही असे त्यांनी नम्र अभिमानाने सांगितले. 'माझी पत्नीही मराठी बोलते' या त्यांच्या वाक्यावर मला आश्चर्य वाटले. त्यांनी ते ओळखले आणि लगेच मोबाईलवरून पत्नीशी संपर्क साधला. मोबईलवरून स्पीकरवर बोलणे सुरू केले ते शुद्ध मराठीत. त्यांनी मलाही बोलायला सांगितले. मी नमस्कार म्हणताच, मिसेस बेनी यांनीही तिकडून नमस्कार केला. 'कशी झाली टूर? काही गैरसोय झाली का? आमच्या काही सूचना?' अशी विचारणा त्यांनी केली. 'पुढच्या वेळी ॲग्रीटेक नसताना या, या काळात इथे गर्दी असते,' असे निमंत्रण दिले. तसेच 'आम्ही तुम्हाला आणखी चांगली सेवा देऊ शकलो नाही, असे म्हणत दिलगिरीही छोट्याशा संभाषणात व्यक्त केली. एव्हढ्यात तपासणी नाका आला. बेनी यांनी लगेचच तेथील कचराकुंडीत त्यांच्या गाडीतील कचरा टाकला.

आम्हालाही आमच्या नाश्त्याचे रिकामे डबे त्यात टाकायला सांगितले. त्यांच्यामुळे अगदी कमी वेळेत आमची तपासणी पार पडली. आम्हाला जॉर्डनकडे जाणाऱ्या ८ सीटर गाडीत बसविले आणि 'पुन्हा या' असे सांगत त्यांचे व्हिजिटींग कार्ड देत आम्हाला निरोप दिला. एवढ्या मोठ्या टुरिस्ट कंपनीचे मालक आणि इस्राईलमधील रिहोवोट शहराचे नगरसेवकही

३३ । **माझी भटकंती** (इस्राईल, तीर्थरंग आणि अंदमान...)

जॉर्डनची राजधानी अम्मान येथील हॉटेलच्या लॉबीत गप्पा.

असलेल्या बेनी यांचा साधेपणा, विनम्रता, राष्ट्रभक्ती, स्वच्छतेबद्दलची काळजी, बोलका अन् निगर्वी स्वभाव, आपल्या भारताबद्दल असलेला आदर, आमचे विमान चुकू नये म्हणून स्वतः घेतलेली काळजी यामुळे त्यांची प्रभावी छाप आमच्या मनावर कोरली गेली.

ज्योल जोसेफ

अशदोद शहरात असतांना आम्ही सायंकाळी उशिरा 'नमस्ते' या भारतीय हॉटेलमध्ये जेवायला जात होतो. या हॉटेलचे मालक ज्योल जोसेफ हे देखील मराठी बोलणारे. इस्त्राईलमध्ये येणारे महाराष्ट्रीयन पर्यटक इथेच जेवायला येणे पसंत करतात. वरण, भात, पोळी, भाज्या, पुदिन्याची चटणी, पापड, लोणचे असे अस्सल मराठमोळे जेवण इथे मिळाले. इथल्या वेटर्स मुलीही मोडके तोडके मराठी बोलतात. ज्योल आमच्या टेबलजवळ येऊन आम्हाला काय हवे-नको ते विचारत होता. त्यांच्या वागण्या बोलण्यात आत्मीयता होती. जेवणही ते आग्रहाने वाढत. इस्त्राईलमध्ये सुमारे एक लाख मराठी भाषा बोलणारे लोक आहेत. आम्ही तिथे जेवायला गेलो त्या तीनही दिवशी त्या हॉटेलमध्ये मराठी भाषा बोलणारे स्थानिक ज्यू लोक वाढदिवस, लग्नाचा वाढदिवस साजरा करण्यासाठी नातेवाइकांसह तिथे आले होते. आमच्यातील काहींनी त्यांच्यात वाईनचा आस्वाद घेत नृत्यही केले. त्यांनीही त्यांना मोकळ्या मनाने सामील करून घेतले हे विशेष! मुंबई सोडून इथे येतांना सोबत काहीच संपत्ती न आणू शकलेले ज्योल चिकाटीने व्यवसाय करीत एका मोठ्या हॉटेलचे मालक झाले

आहेत. आम्ही जेवण झाल्यावर रोजच त्यांच्याशी गप्पा मारत असू. त्यातून आम्हाला तिथली माहिती मिळत असे. शेवटच्या दिवशी ज्योल यांनी आम्हाला आईस्क्रीमची डिश त्यांच्याकडून दिली.

पहिले दोन दिवस ज्यो नावाचा सुमारे ७४-७५ वर्षे वयाचा गाईड मात्र आम्हाला आवडला नाही. तो हट्टी,पर्यटकांचे म्हणणे ऐकून न घेणारा, इस्राईलबद्दल अतिप्रेम दाखविणारा होता. दुसऱ्या दिवशी त्याने भारत-पाक संबंधांवर केलेल्या टिप्पणीबाबत आम्ही त्याला धारेवर धरले पण तो मागे हटला नाही. अखेर आम्हीच त्याला बदलण्याचा निर्णय घेतला. मात्र, वयाच्या ७५ व्या वर्षीही घरात बसून न राहता त्याने जे काम सुरू ठेवले होते त्या बद्दल मला त्यांचा आदरच वाटला.

प्रेरक आणि संस्मरणीय अभ्यास दौरा

मी सुरवातीला लिहिल्याप्रमाणे विदेश दौरा सध्यातरी काही विशेष बाब राहिली नाही. रावेर शहर आणि परिसरातील असंख्य मान्यवर दरवर्षी विदेशात जातात. पण इस्राईल-जॉर्डन दौऱ्यासाठी मी पत्रकार म्हणून गेलो, ही बाब माझ्यासाठी विशेष आनंदाची आणि अभिमानाची आहे. माझ्या ३१ वर्षांच्या पत्रकारितेच्या प्रवासाला नवी दिशा, नवी गती आणि नवी ऊर्जा देणारा हा दौरा होता. जीवनातील हा पहिला विदेश दौरा, त्यामुळे मी तो 'एन्जॉय' करावा अशा काही मित्रांच्या प्रेमळ सूचना आणि आग्रह होता. अर्थात मी आनंदही लुटला पण अधिकाधिक शिकण्याचाही प्रयत्न केला.

इथे पुन्हा परत येता येणार नाही हा विचार करून सर्वच ठिकाणे मन भरून पाहिली. डोळ्यांत साठवली. मी फक्त तिथली शेती नाही तर जनजीवन जवळून पाहिले. शिस्त, राष्ट्रभक्ती, राष्ट्रनिष्ठा, स्वच्छता, स्वयंशिस्त, आदरातिथ्य, वेळेचे नियोजन या बाबी मी तिथल्या लोकांकडून अनुभवल्या. शेतीकडे पाहण्याचा 'इस्रायली' दृष्टिकोन मला जाणवला. शेती ही फक्त आपल्याला नफा मिळविण्यासाठी नाही तर देशालाही अधिकाधिक परकीय चलन मिळवून देण्यासाठी केली पाहिजे, हे मला जाणवले. एक कोटी पेक्षाही कमी लोकसंख्या असलेल्या या देशातील ज्यू लोक किती झपाटून काम करतात, हे मी पाहिले. अशा प्रकारे हा दौरा माझ्यासाठी अतिशय प्रेरक आणि संस्मरणीय ठरला.

***

पुस्तके असलेल्या एका घरात आमच्या सोबत डॉ. जगदीश पाटील, प्रा. श्रीकांत जोशी, हेमेन्द्र नगरिया, अनिल महाजन गुरुजी व टीम.

गाव नि घरं पुस्तकांनी
फुललेलं - भिलार!

देशात आणि जगात विविध कारणांसाठी वेगवेगळी गावं प्रसिद्ध आहेत. जसं केळीसाठी जळगाव, संत्र्यांसाठी नागपूर, द्राक्षांसाठी नाशिक. विविध नेत्यांच्या नावानेही गावं प्रसिद्ध आहेत. जसे स्वातंत्र्यवीर सावरकर यांच्यासाठी भगूर, डॉ. बाबासाहेब आंबेडकर यांचे जन्मस्थान महू, साने गुरुजींचे दापोली. तसं, पुस्तकांची गावं म्हणून जगात फक्त दोनच गावं प्रसिद्ध आहेत. त्यातलं एक इंग्लंडमधील आहे. तर दुसरं अर्थातच आपल्या भारतातलं, महाराष्ट्रातल्या सातारा जिल्ह्यातलं भिलार! तसं पाहिलं तर महाबळेश्वर, पाचगणी हा सगळा परिसर थंड हवेचे, खूप पावसाचे ठिकाण म्हणून प्रसिद्ध आहे. आता स्ट्रॉबेरीच्या लालचुटुक फळांमुळेही महाबळेश्वर, पाचगणीच्या नावलौकिकात भर पडत आहे. आणि याच परिसरातील एरवी कधी प्रसिद्धीच्या झोतात नसलेल्या भिलार या गावाने आता आपली वेगळी ओळख थेट देशात-परदेशात 'पुस्तकांचं गाव' म्हणून निर्माण केली आहे. तीही गेल्या काही वर्षात. इतकंच नव्हे तर या भिलार गावातील पुस्तकं आणि पुस्तकांचे जग तेथील माणसांना पैसा मिळवून देऊ लागला आहे. यावर लवकर कोणी विश्वास ठेवणार नाही. पण हे अगदी खरं आहे. भिलार या गावाला स्ट्रॉबेरी सारखीच पुस्तकांनी देखील

माझी भटकंती (इस्त्राईल, तीर्थरंग आणि अंदमान...) । ३६

समृद्धीची नवी वाट दाखवली आहे. 'ज्ञानासह मनोरंजन' या व्हाट्सअप ग्रुपच्या सदस्यांनी डॉ. जगदीश पाटील यांच्या नेतृत्वाखाली असंख्य शैक्षणिक सहलींचे आयोजन केले आहे. त्यातलीच एक शैक्षणिक सहल डिसेंबर २०१७ च्या पहिल्या आठवड्यात सातारा, वाई, महाबळेश्वर, प्रतापगड, पाचगणी या भागात होणार होती. मीही त्यात सहभागी झालो.

महाबळेश्वर, प्रतापगडपासून अवघ्या काही किलोमीटर अंतरावर असलेल्या भिलार या पुस्तकांच्या गावाला भेट देण्याचं नियोजन आमच्या मनात आधीपासूनच होतं. या गावाबद्दल आम्ही थोडीफार माहिती ऐकून होतो. त्यामुळे या गावाला प्रत्यक्ष भेट देण्याची उत्सुकता निर्माण झाली होती. सोबत सर्वश्री डॉ. जगदीश पाटील, ज्ञानेश्वर घुले, आमच्या रावेरचे हेमेन्द्र (बबलू शेठ) नगरिया, अनिल महाजन गुरुजी, दिलीप ढाके, प्रा. श्रीकांत जोशी, बी. आर. पाटील, डी के पाटील, संजीव पाटील, संजीव बोठे, दीपक आमोदकर, दीपक दंदाले, पुष्कर चौधरी, उमाकांत पाटील, राहुल पाटील आणि मी असे १६ जण होतो. वाईकडून पाचगणीकडे जातांना घाट चढलो, की डाव्या हाताला भिलारकडे जाणारा रस्ता आहे. मुख्य रस्त्यापासून ३-४ किलोमीटर आत गेल्यावर भिलार हे गाव लागते. गावात प्रवेश करतानाच समोर एक मोठा फलक दिसतो. त्यावर त्या गावाचा नकाशा दाखवून कोणत्या घरात कोणत्या विषयांवरील पुस्तके आहेत, याची माहिती देण्यात आली आहे. तसेच, या गावातील वेगवेगळ्या रस्त्यांवर असलेल्या घरांमध्ये कोणती पुस्तके उपलब्ध आहेत, याचे अतिशय आकर्षक फलक लावण्यात आले आहेत.

महाराष्ट्र शासनाने ४ मे २०१७ ला भिलारला 'पुस्तकांचं गाव' म्हणून घोषित केलं, तेव्हा या नव्या शैक्षणिक प्रयोगाचं सर्वांनीच कौतुक केलं. आपआपल्या गावातली वाचनालये ओस पडली असताना महाबळेश्वर, पाचगणी या हिल स्टेशनला आनंद लुटण्यासाठी आलेली माणसं पुस्तकं वाचण्यासाठी कशाला एखाद्या जवळच्या गावाला जातील, असा प्रश्न अनेकांच्या मनात निर्माण त्यावेळी झाला होता. मात्र आता जवळपास चार-पाच वर्षांच्या अनुभवानंतर पुस्तकाच्या गावाचा हा प्रयोग कमालीचा यशस्वी झाल्याचे तेथील तत्कालीन सरपंच वंदना भिलारे आणि त्यांचे पती प्रशांत भिलारे यांनी आनंदाने सांगितले. पाचगणीपासून ६ आणि महाबळेश्वरपासून १६ किलोमीटर अंतरावर असलेल्या भिलार या गावाला महिन्याला सरासरी पाच ते सहा हजार लोक भेट देतात.

भिलारमधील चाळीस ते पंचेचाळीस घरांमध्ये पुस्तकांचं जग निर्माण करण्यात आलं आहे. एका व्यक्तीच्या घरी विविध लेखकांच्या कथा-कादंबऱ्या तर शेजारच्या घरी देशाचा इतिहास सांगणारी पुस्तकं. त्याच्या पलीकडच्या घरात व्यक्तिचित्रणात्मक तर पुढच्या गल्लीमधील घरात निसर्गचित्रण या विषयावरची पुस्तकं. विज्ञान-तंत्रज्ञान, विनोदी कथा, दिवाळी अंक, कविता, संतसाहित्य, स्त्री साहित्य, क्रीडा, बालसाहित्य अशा विविध विषयांची या गावात तब्बल सव्वालाख पेक्षा जास्त पुस्तकं उपलब्ध आहेत. यातील

३७ । **माझी भटकंती** (इस्राईल, तीर्थरंग आणि अंदमान...)

पुस्तकांत रममाण मी.

जवळपास सर्वच पुस्तकांच्या घरांना आम्ही भेट दिली. येथील इंग्रजी माध्यमाच्या हिलरेंज हायस्कूलमध्ये वाचकांना बालसाहित्य वाचण्यासाठी उपलब्ध आहे. शनिवार,रविवार तसेच उन्हाळ्याच्या, दिवाळीच्या सुटीत या शाळेत पर्यटकांना भोजन, निवास आणि पुस्तक वाचनासाठीची सशुल्क सोय उपलब्ध आहे.

भिलारमधील एखाद्या ग्रामस्थाने स्वतःच्या घरी पुस्तकं ठेवण्याची लेखी विनंती केली की, महाराष्ट्र शासनाचा मराठी भाषा विभाग त्याला पुस्तकं, ती ठेवण्यासाठी कपाटं, बैठक व्यवस्था उपलब्ध करून देतो. पावसाळ्यातील चार महिने सोडले तर उर्वरित आठ-नऊ महिने पर्यटकांची गर्दी आपल्याला भिलार या छोट्याशा गावात पाहायला मिळते. शाळा, महाविद्यालयांच्या सहली या गावात मोठ्या संख्येने येतात.

'भारतातील पहिले पुस्तकांचे गाव- भिलार' असे फलक ठिकठिकाणी अभिमानाने उभे असलेले आपल्याला थोड्या थोड्या अंतरावर पाहायला मिळतात. हे फलक पाहून ज्यांना पुस्तकांमध्ये फारशी आवड नाही असे पर्यटकही 'इतक्या दूर आलो आहोत बघू तर खरं... कसं असतं ते पुस्तकांचं गाव?' या उत्सुकतेपोटी भिलारकडे वळतात. सुरवातीला शासनाच्या एका चांगल्या उपक्रमाला साथ द्यायची, या भावनेने पुस्तकांचं गाव आकाराला आणण्यात मदत करणाऱ्या भिलार येथील नागरिकांना काही दिवसातच यातून बऱ्यापैकी पैसेही मिळवता येतात, हे लक्षात आलं. गावात येणारे पुस्तकप्रेमी आणि पर्यटक येथे किमान चार-पाच तास तरी रमतातच. पुस्तकं चाळताना, वाचताना, एका घरातून दुसऱ्या घरात जाताना, येथे चहा-पाणी, खायला काही मिळेल का, याची चौकशी करतात. यामुळे ज्या

माझ्यासोबत हेमेन्द्र नगरिया.

घरात पुस्तके ठेवण्यात आली आहेत, त्यांनी नाश्ता, चहा आणि हवे असल्यास भोजन तयार करून देण्यासही सुरुवात केली आहे. आता या भिलार गावातील अनेक लोकांसाठी हा जोडधंदा झाला आहे. गावाचं देखणं आणि टुमदार रूप पाहून पुस्तकात रमलेल्या काही पर्यटकांनी येथे मुक्कामाची सोय उपलब्ध होऊ शकते का? अशी विचारणा केली. ही आणखी एक सुवर्णसंधी चालून आली आहे, हे पाहून काही भिलारवासियांनी आपल्या घरामध्ये लगेच निवासी व्यवस्था उभारली. भिलारमध्ये जवळपास ७५ ते ८० घरांमध्ये आता निवास आणि भोजन व्यवस्था उपलब्ध आहे. किमान स्वस्तात राहायला आणि जेवायला मिळते म्हणूनही इथे पर्यटक येतील आणि फावल्या वेळेत त्या घरात ज्या विषयाची पुस्तके आहेत ती वाचतील,चाळतील आणि विकतही घेतील, असं नियोजन आकाराला आलं आहे.

महाबळेश्वर,पाचगणी, प्रतापगडला दरवर्षी लाखो पर्यटक येतात. ऐन हंगामात येथील हॉटेलचे दर प्रचंड वाढलेले असतात. पाच पाच हजार रुपये देऊनही एक खोली मिळणे अवघड होऊन बसते. अशावेळी पर्यटकांना भिलारमध्ये म्हणजे पाचगणी पासून अवघ्या सहा किलोमीटर अंतरावर हजार- पंधराशे रुपयात अतिशय उत्तम राहण्याची व्यवस्था आणि रुचकर स्वादिष्ट जेवण उपलब्ध होऊ लागले आहे.

पुस्तकांचे गाव म्हणून नावारूपाला आलेल्या भिलार येथील भिलारे गुरुजी हे इथले स्वातंत्र्यसैनिक. महात्मा गांधींचे कट्टर समर्थक. येथील सरपंच वंदना भिलारे या त्यांच्याच कुटुंबातील आहेत. या भिलारजवळच प्रतापगड हा प्रसिध्द किल्ला आहे. छत्रपती शिवाजी महाराजांनी अफजलखानाला नामोहरम केलं ते जावळीचं घनदाट जंगल आणि डोळ्यांचे पारणे फिटेल असा निसर्गरम्य प्रदेश भिलार, महाबळेश्वर,पाचगणीला लागूनच आहे. या पुढच्या काळात महाबळेश्वर-पाचगणी आणि प्रतापगडला जाताना भिलारला जायला अजिबात विसरू नका... आणि हो... अतिशय ताजी आणि गोड स्ट्रॉबेरी महाबळेश्वरपेक्षा निम्म्या किमतीत मनमुराद खात पुस्तकांचा सहवास अनुभवायला विसरु नका हं!

***

जहाज महालातून दिसणाऱ्या तलाव व परिसराचे विहंगम दृश्य.

प्रेम की नगरी! निसर्गरम्य, ऐतिहासिक मांडवगड (मांडू)

मध्य प्रदेशातील धार या ऐतिहासिक शहराजवळ 'प्रेम की नगरी' म्हणून प्रसिद्ध असलेल्या आणि परमार (लोहार) राजांनी वसविलेल्या "मांडवगड" या ऐतिहासिक आणि नैसर्गिक पर्यटन स्थळाची माहिती घेणार आहोत. मला प्रवासाची संधी मिळाली की माझा आनंद ओसंडून वाहतो. प्रवासात खूप काही पाहता येते. शिकता येते. देशोदेशीचे जनजीवन, संस्कृती अनुभवता येते. माझी पुतणी सौ. ऐश्वर्या वैद्य- मुकातीला विवाहानंतर मध्यप्रदेशातील धार येथून प्रथमच माहेरी रावेरला आणण्याची संधी मला मिळाली. माझे पत्रकार मित्र प्रकाश पाटील, पुतणी सुश्मिता आणि मुलगा हेमंत असे चौघे धारला जाण्यासाठी निघालो ते मांडवगड आणि महेश्वर पाहण्याचे ठरवूनच.

मध्य प्रदेशात विंध्य पर्वतावर १०९ चौरस किलोमीटर क्षेत्रफळावर मांडवगड पसरलेला आहे. समुद्रसपाटीपासून ६३४ मीटर उंचीवर आणि तीनही बाजूला २०० ते ६०० मीटर खोल नैसर्गिक खंदक असलेले हे मांडवगड पावसाळ्यात पर्यटकांचे खास आकर्षक ठिकाण आहे. पावसाळ्यात येथे ढग अक्षरशः जमिनीवर उतरतात आणि पर्यटकांना ढगांतून चालण्याचा अनुभव येतो. तर हिवाळ्यात इथं इतकं दाट धुकं असतं, की चार फुटांवरील माणूसही

ओळखता येत नाही. या मांडव गडावर बारा नैसर्गिक तलाव असून त्यातील एक तलाव तर चक्क पाच किलोमीटर इतका लांब आहे. मांडू, मांडवगड, मंडप दुर्ग, मंडपांचल, मंडपगिरी अशा विविध नावांनी प्रसिद्ध असलेल्या येथील जगप्रसिद्ध वास्तू समूहांना भेट देण्यापूर्वी आपण येथील इतिहास थोडक्यात फिरून येऊ!

मांडवगडची स्थापना सहाव्या शतकात करण्यात आल्याची माहिती उपलब्ध आहे. प्राचीन गिरीदुर्ग म्हणून ओळख असलेले हे पर्यटन स्थळ तेराव्या शतकापर्यंत परमार वंशियांच्या आधिपत्याखाली होते. या काळात येथे कला आणि साहित्याचा उत्कर्ष गाठला गेला होता. इसवी सन १४०१ मध्ये घोरी घराण्यातील पहिला सुलतान दिलावरखान याने आपली राजधानी धार येथून हलवून ती मांडवगड येथे आणली. दुसरा सुलतान शाह याने येथील प्रमुख वास्तू या काळात बांधल्या आणि दुरुस्त्या केल्या. सोळाव्या शतकापर्यंत मांडवगडला खिलजी, लोधी आणि घोरी कुटुंबाच्या सत्ता होत्या. सम्राट अकबर, जहांगीर आणि शाहजहान यांचे काही काळ वास्तव्य मांडवगडला होते, असे उल्लेख इतिहासात सापडतात. १६ व्या शतकात म्हणजे सन १५५४ ते १५६४ या काळात बाज बहादूर या सरदाराचे मांडवगडवर राज्य होते. त्याच्या आणि राणी रूपमती यांच्या प्रेमकथेची हकीकत येथे ऐकायला मिळते म्हणून मांडवगडला 'प्रेमनगरी' असंही नाव मिळालं आहे. या किल्ल्याच्या भोवती ३७ किलोमीटर लांबीची गोलाकार भिंत (तटबंदी) असून १० मोठे दगडी दरवाजे आहेत. हे ठिकाण विंध्य पर्वतातील घनदाट जंगलात असल्याने येथील तापमान परिसरातील अन्य ठिकाणांपेक्षा सामान्यपणे किमान पाच ते सहा अंशांनी कमी असते.

सतराव्या शतकानंतर मांडवगड हे धार येथील पवार सरदारांच्या ताब्यात आले. स्वातंत्र्य मिळेपर्यंत ते पवार परिवाराच्या ताब्यात होते. येथे आगळ्या वेगळ्या विविध वास्तू आहेत. त्यांची माहिती आणि इतिहास रंजक आहे.

मंदिर अन् मशीद

येथील बसस्थानक परिसरातील जामा मशीद आणि अशर्फी महल या येथील प्रमुख वास्तू आहेत. मशिदीच्या मागे बाज बहादूरचे थडगे आढळून येते. मात्र या दोन्ही वास्तूमध्ये ठिकठिकाणी केलेल्या कोरीवकामात आंब्याची पाने, हत्ती, मंदिरातील घंटा आणि कमळ कोरलेले आढळून येते. पूर्वी येथील तीनही उंच घुमटावर हिंदू धर्माचे प्रतीक त्रिशूळ होते. मुस्लिम आक्रमकांनी ते तोडून तिथे चांद-तारा लावल्याची माहिती गाईड वारंवार देतो. येथील दगडी सिंहासनाच्या दोन्ही बाजूला नक्षीकाम केलेले २४ दरवाजे दिसतात. जैन धर्माच्या २४ तीर्थंकरांच्या प्रतिमा येथे लावलेल्या होत्या. आक्रमकांनी त्या तोडल्या, अशीही माहिती गाईड देतो. एरवी मशिदीत महिलांना प्रवेश नसतो. पण येथे राज

परिवारातील महिलांना बसण्यासाठी व दरबारातील कामकाज पाहण्यासाठी राजाच्या दोन्ही बाजूला उंचावर जागा केल्याचे दिसते. यावरून हा दरबार आधी परमार राजाचा होता, असे वाटते. याच परिसरात पूर्वी महादेव आणि गणपती मंदिर होते, अशीही माहिती मिळते. या परिसरातील ध्वनी व्यवस्था अत्यंत उत्कृष्ट आहे. ८४ कोरीव खांबावर ही दिमाखदार वास्तू उभी आहे.

जाडजूड राणीचा अशर्फी महल!

जामा मशिदीच्या रस्त्याच्या पलीकडे अशर्फी महल आहे. सध्या भग्नावस्थेत असलेल्या या वास्तूत राजा भोज यांची वेदशाळा होती. शेकडो विद्यार्थी येथे वेद अध्ययन करीत. त्यांच्या निवासासाठी सहाशे खोल्या या परिसरात बांधल्या होत्या. यावरून तिथे वेद अध्ययन करण्यासाठी येणाऱ्या विद्यार्थ्यांची संख्या कळावी.

आता त्या खोल्या मोडकळीस आलेल्या आहेत. मुस्लिम आक्रमकांच्या काळात येथे राण्यांसाठी व्यायामाची जागा होती. एखादी राणी जाडजूड झाली म्हणजेच तिचे वजन वाढले तर तिला पुन्हा सडपातळ करण्यासाठी या उंच इमारतीच्या पायऱ्या रोज चढण्यास सांगितले जाई. प्रत्येक पायरीवर एक अशर्फी म्हणजे सोन्याचे नाणे ठेवलेले असे. राणी एक एक पायरी वर चढत सोन्याची अशर्फी घेत जाई. यातून तिला बक्षीसही मिळे आणि व्यायाम होऊन ती सडपातळही होई, अशी गमतीदार माहिती गाईडने दिली. या अशर्फीमुळे या महालाचे नाव अशर्फी महल पडले आहे.

जहाज आणि हिंदोळा महाल

या परिसरातील दुसरा वास्तू समूह म्हणजे जहाज महाल आणि हिंदोळा महाल आहे. येथील सर्वात मोठ्या असलेल्या मुंज आणि कापूर या दोन तलावांच्या मध्यभागी ही दोन मजली वास्तू बांधली आहे. तिचा आकारही जहाजासारखा आहे आणि आजूबाजूला दोन्ही तलावांचे पाणी असल्यामुळे या वास्तूला जहाज महाल असे नाव मिळाले आहे. या दोन्ही तलावांचे पाणी या महालाच्या भिंतीमधून असे खेळवले आहे, की उन्हाळ्यातही हे महल थंड राहतील. या भागात राजा आणि राणीसाठी मोठ्या प्रमाणात स्नानगृहे आहेत. थंड पाण्याबरोबरच गरम पाण्याने स्नान करण्याची व्यवस्था, या जहाज महालाच्या परिसरामध्ये राजासाठी केलेली होती. १२० फूट लांब आणि दोन मजली असलेल्या या जहाज महालाचे स्वरूप एखाद्या जलमंदिरासारखेच आहे. याच परिसरात एक चंपा बावडी नावाची तीन मजली विहिर आहे. शत्रूने आक्रमण केल्यास राजा-राणी या विहिरीत उड्या मारत. ते विहिरीत बुडून मेल्याचा शत्रूचा समज होई. मात्र, राजा आणि राणीला या किल्ल्यातून सुरक्षितपणे बाहेर पडण्यासाठीचा हा गुप्त मार्ग अशा पद्धतीने तयार केलेला

माझी भटकंती (इस्त्राईल, तीर्थरंग आणि अंदमान...) । ४२

अशर्फी महल.

होता. येथील तलावाच्या पाण्याला चाफ्याच्या फुलांचा सुगंध येतो. पर्यटकांना हा अनुभव सुगंधित करतो.

बाज बहादूर आणि राणी रुपमती महल

येथील आणखी एक वास्तू समूह म्हणजे बाज बहादूर आणि राणी रूपमती यांचे महाल. जामा मशीद आणि जहाज महल यांच्यापासून काहीशा दूर असलेल्या या वास्तूंच्या सभोवताली बारादरी, सुटे मंडप, सैनिक, दासी आणि आरोग्य सेविका यांची निवासस्थाने आहेत. हत्ती-घोडे आणि वेगळी व्यवस्था केलेली आढळते. बाज बहादूर आणि राणी रूपमती यांची प्रेमकथा प्रसिद्ध आहे. बाजबहादूर येथील नर्मदा नदीच्या परिसरात शिकारीसाठी गेला असताना त्याला रूपमतीच्या मधुर आवाजातील गीत ऐकू आले. तिच्या दर्शनाने तो मोहित झाला. बाज बहादूर हा संगीत तज्ज्ञही होता. त्याने रूपमतीबरोबर विवाहाची इच्छा व्यक्त केली. रूपमतीने त्याला दररोज महादेवाची पूजा करण्याचे मंदिर आणि नर्मदा नदीचे रोज दर्शन घ्यायचे, या अटी घातल्या. बाज बहादूरने या अटी मान्य केल्या. नंतरच्या काळात त्यांची प्रेमकथा बहरली आणि संगीत कलेचाही विकास झाला. बाज बहादूरने राणी रुपमतीसाठीचा महाल या पठारावरील सर्वात उंच भागात बांधला आहे. जेणेकरून रुपमतीला तिथून सहजासहजी नर्मदा नदीचे रोज दर्शन होऊ शकेल.

दरम्यान, रूपमतीच्या सौंदर्याची कीर्ती दिल्लीला सम्राट अकबराच्या कानावर गेली. त्याने आपला सावत्र भाऊ आदम खानला मांडवगडावर आक्रमण करण्यासाठी पाठवले.

इको पॉईंट जवळ मी, प्रकाश पाटील सर, पुतणी कु सुश्मिता आणि मुलगा हेमंत.

बाजबहादुर महल परिसरात माझा मुलगा चि. हेमंतचा फेरफटका.

या युद्धात बाज बहादूरचा पराभव झाला. तो जंगलात पळून गेला. हे वृत्त कळताच राणी रूपमतीने विषप्राशन करून आत्महत्या केली. राणी रूपमती महाल, बाज बहादूर महालात आणि या दोन्ही महालांच्या छतावर गायन आणि वादनासाठी घुमट उभारण्यात आले आहेत. दोन्ही ठिकाणची व्यवस्था ही गीत आणि संगीतासाठी पूरक असलेली आढळून येते. एका कोपऱ्यात जाऊन गुणगुणलेले गीत दुसऱ्या कोपऱ्यातही स्पष्टपणे ऐकू येते. याच परिसरात नीळकंठेश्वर महादेवाचे मंदिर आहे. दरीत सत्तर पायऱ्या उतरून या प्राचीन महादेवाचे दर्शन घेता येते. येथे नैसर्गिक पाण्याचे स्त्रोत आहेत. दुसऱ्या बाजीराव पेशव्यांनी या मंदिराची स्थापना केल्याचे सांगितले जाते.

राणी रुपमती महालाकडे जाताना तलावाच्या काठावर 'इको पॉईंट' आहे. मोठयाने उच्चारलेल्या वाक्यातील शेवटचे शब्द प्रतिध्वनी होऊन पुन्हा ऐकू येतात. इथे एक स्थानिक वेषातील साठी पार केलेला माणूस विविध प्रकारचे आवाज काढून प्रतिध्वनी ऐकवितो आणि पर्यटकांचे मनोरंजन करतो.

आस्वाद दाल बाटी आणि पानियेचा...

'स्वादिष्ट दाल बाटी आणि पानिये यांचा आस्वाद घ्यावाच', अशा फलकांनीच मांडवगडला आपले स्वागत होते. यापैकी दाल बाटी आणि लड्डूचा आस्वाद यापूर्वी अनेकदा घेतला होता. पण पानिये हा काय प्रकार आहे, उत्सुकता होती. जहाज महाल परिसरात असंख्य हॉटेल्स आहेत. यातील एका हॉटेलात आलो. पानिये आवडतील का? हा काय खाद्यपदार्थ आहे? हे माहीत नसल्याने पानिये आणि दाल बाटी या दोन्ही पदार्थांची ऑर्डर दिली. ते तयार होईपर्यंत

पानिये तयार करण्याची पद्धती समजावून घेतली. मक्याचे पीठ ताकात भिजवून त्याचे बट्टीसारखे गोळे केले जातात. त्यांना बट्टीसारखे शेकले की पानिये तयार! थोडक्यात पानिये म्हणजे मक्याची बट्टी होय. ती वरणात चुरून (बारीक करून) आम्ही मनसोक्त खाल्ली.

बस स्थानक परिसरातील मंदिरातील सहा हातांची प्रभू श्रीरामचंद्र यांची दुर्मिळ मूर्ती.

मांडवगडची जंगली चिंच

येथे फेरफटका मारताना खूप जाड बुंधा असलेली आणि तुलनेने खूपच कमी पाने व फांद्या असलेली झाडे दिसली. त्यावर छोट्या भोपळ्याच्या आकाराची फळे लटकली होती. गाईडला त्याबाबत विचारल्यावर त्याने 'ही येथील प्रसिद्ध जंगली चिंच' असल्याचे सांगितले. राजा बाज बहादूरने रुपमतीला ही चिंच भेट म्हणून दिल्यानंतर तिने विवाहाला होकार दिल्याची गमतीदार माहितीही गाईडने सांगितली. या चिंचेची फळे आणि आतील गर इथे विक्रीला ठेवला जातो. त्याची मोठ्या प्रमाणावर विक्री होताना दिसली.

मांडवगडला जाण्यासाठी मार्ग

जळगाव- भुसावळ येथून रावेर तालुक्यातील पाल मार्गे मध्यप्रदेशात प्रवेश करायचा. तेथून खरगोन मार्गे कसरावदला जायचे. नर्मदाकिनारी असलेल्या महेश्वर, मंडलेश्वर येथे भेट द्यायची असल्यास ही दोन ठिकाणेही रस्त्याने लागतात.

महेश्वरहून ४० किलोमीटर अंतरावर मांडवगड आहे. तेथून धार, उज्जैन ही ऐतिहासिक शहरेही जवळ आहेत. भुसावळ येथून सावदा-पाल- खरगोन- कसरावद- मांडवगड हे अंतर २३० किलोमीटर आहे. तर खरगोनहून महेश्वर मार्गे २४० किलोमीटर आहे. मांडवगड विंध्य पर्वतावर असल्याने सुमारे १२ किलोमीटरचा घाट चढून जावे लागते. रस्ता चांगला आहे. मांडवगडला निवास, भोजन आणि गाईड सुविधा उपलब्ध आहे.

***

गायक, संगीतकार, अभिनेते स्व किशोरदांचे स्मारक.

गायक किशोरदांचे अबोल स्मारक : खांडवा

खांडवा म्हटलं की मध्य प्रदेशातील मध्य रेल्वेचे एक जंक्शन स्टेशन. परमपूज्य दादाजी धुनिवाले यांचे समाधी मंदिर आणि सिनेसृष्टीचे प्रसिद्ध गायक,संगीतकार, अभिनेते आणि निर्माते किशोरकुमार यांचे आवडते जन्मगाव डोळ्यासमोर येते. एका विवाह समारंभासाठी खांडवा येथे धावती भेट दिली. त्यावेळी माझ्या मोठ्या आत्या आदरणीय गंभा गंगाबाई दुबे यांची भेट घेऊन आशीर्वाद घेतले. माझे आजोबा व ज्येष्ठ स्वातंत्र्यसैनिक गोविंदराव वैद्य यांच्या जीवनातील स्वातंत्र्य चळवळीतील काही प्रेरक कथा त्यांच्याकडून पुन्हा एकदा ऐकल्या आणि ऊर अक्षरशः अभिमानाने भरून आला. सत्तर-ऐंशी वर्षांपूर्वीचा तो इतिहास आमची आत्या आजही जसाच्या तसा सांगते आणि त्यांच्याबरोबर आम्हीही स्वातंत्र्याच्या गौरवशाली इतिहासात रममाण होऊन जातो.

आत्याची भेट घेतल्यानंतर आम्ही निघालो ते किशोरकुमार यांच्या स्मारकाला भेट देण्यासाठी. खरं म्हणजे त्या स्मारकाला भेट देण्याचे ठरवूनच मी खांडवा येथे आलो होतो. खंडवा-इंदूर रोडवर सुमारे ४ किलोमीटर अंतरावर आबना नदीकाठी हे स्मारक आहे. किशोरकुमार म्हटलं की आपल्या डोळ्यासमोर त्यांच्या असंख्य चित्रपटांमधील गाजलेली गाणी तरळून जातात. किशोरकुमार यांचे वडील कुंजीलाल गांगुली हे मूळचे बंगाली. पण

वकिली करण्यासाठी ते खांडवा येथे आले आणि इथेच स्थायिक झाले. खांडवा रेल्वे स्थानकासमोरच गांधीभवनला लागून असलेल्या बॉम्बे बाजारमध्ये त्यांचे 'गांगुली भवन' अजूनही उभे आहे. किशोरकुमार यांचे बालपण तिथेच गेले.

सायकलवर फिरत फिरत ते आबना नदीच्या किनाऱ्यावर येऊन बसत. तेथील हिरवळ, आंब्याची झाडे, खळाळून वाहणारे नदीचे पाणी यामुळे हा परिसर त्यांचा आवडता होता. पुढे ते मुंबईला गेले. ज्येष्ठ बंधू अशोककुमार यांच्या पावलावर पाऊल टाकत त्यांनी सिनेसृष्टीत प्रवेश केला. किशोरकुमार यांचा अमीट ठसा भारतीय चित्रपटसृष्टी अभिमानाने मिरवत आहे. सुपरस्टार राजेश खन्ना यांचा ते आवाज झाले होते. त्यांनी अनेक चित्रपटात अभिनयही केला आणि संगीतही दिले. 'दूर गगन की छाव में', 'हाफ टिकट', 'चलती का नाम गाडी' सारखे चित्रपट त्यांनी दिले. 'कोरा कागज था मन मेरा', 'मेरे सपनों की रानी कब आयेगी तू', 'मेरे नयना सावन भादो', 'मीत ना मिला रे मन का', 'जिंदगी का सफर ये कैसा सफर', 'जीवन से भरी तेरी आँखे मजबूर करे जीने के लिये', 'जिंदगी- कैसी ये पहेली हाये', 'दु:खी मन मेरे सून मेरा कहना, जहाँ नही चैना, वहा नही रहना' अशी अनेक एकाहून एक सरस गीते त्यांनी गायली. सिने रसिकांच्या हृदय सिंहासनावर अजूनही ते राज्य करत आहेत. राजेश खन्ना, अमिताभ बच्चन या सुपरस्टार हिरोंसाठी ते दीर्घकाळ गायले. तब्बल ८ वेळा फिल्मफेअर अवॉर्ड मिळविण्याचा विक्रम त्यांच्या नावावर आहे. त्यांनी ५७४ हिट गाणी गायली, ८१ चित्रपटांतून अभिनय केला आणि १८ चित्रपट निर्देशित केले. आर्थिक सुबत्ता असली तरी किशोर कुमार यांचे वैवाहिक जीवन मात्र फारसे सुखी नव्हते. रुमा घोष, मधुबाला, योगिता बाली आणि नंतर लीना चंदावरकर यांच्याशी त्यांचा विवाह झाला. अमित कुमार (रुमा घोष) व सुमित कुमार (लीना चंदावरकर) ही दोन अपत्ये त्यांना झाली. मुंबईच्या चित्रपटसृष्टीच्या झगमगाटात किशोरकुमार यांचे मन रमत नसे. वेळ मिळाला की ते खांडवा येथे येत. बालपणीच्या मित्रांबरोबर बॉम्बे बाजारात चहाचे घोट घेत गप्पा मारत. आबना नदीच्या किनाऱ्यावर भटकंती करीत.

१३ ऑक्टोबर १९८७ रोजी त्यांचे निधन झाले. त्यांच्या इच्छेनुसार त्यांचे पार्थिव खांडवा येथे आणण्यात आले. आबना नदीच्या किनाऱ्यावर त्यांच्या पार्थिवावर अंत्यसंस्कार करण्यात आले. मध्यप्रदेश सरकारने खांडवा येथील नागरिकांच्या मागणीनुसार २००८ मध्ये सुमारे अडीच कोटी रुपये खर्चून किशोरकुमार यांचे हे स्मारक उभारले आहे. त्यासाठी लागणारा लाल दगड राजस्थानहून आणण्यात आला. नदीच्या किनाऱ्यावर स्मशानभूमी जवळ हे सुंदर व कल्पक स्मारक उभे राहिले. स्मारकात किशोरदा यांची प्रतिमा, तबला, गिटार आदी वाद्यांच्या प्रतिकृती आहेत. झाडे, कारंजे, विद्युतरोषणाईने हे स्मारक देखणे झाले आहे. मध्य प्रदेश सरकारतर्फे किशोरदांच्या जयंतीदिनी ४ ऑगस्टला आणि पुण्यतिथी दिनी १३ ऑक्टोबरला येथे कार्यक्रमांचे आयोजन करण्यात येते. तसेच मध्यप्रदेश

४७ । **माझी भटकंती** (इस्राईल, तीर्थरंग आणि अंदमान...)

स्मारकात किशोरदांचा पुतळा.

सरकारतर्फे दरवर्षी उत्कृष्ट गायकाला किशोरदांच्या नावाचा पुरस्कार देऊन गौरवान्वित करते. स्थानिक खांडवावासियांना साहजिकच किशोरकुमार यांचा मोठा अभिमान आहे. गांगुली परिवाराने मात्र त्यांच्या अंत्यसंस्कारानंतर खांडवा शहराकडे वळूनही पाहिले नाही. त्यांचे गांगुली भवन हे घरही मोडकळीस आले असून गांगुली परिवाराने ते विक्रीसाठी काढले आहे.

किशोरदांच्या स्मारकाचा रंग उडालाय...

मध्य प्रदेश सरकारने किशोरकुमार यांचे स्मारक उभे केले. गाजावाजा करत आणि उत्साहात उद्घाटनही झाले. पण या स्मारकाची स्थिती फारशी चांगली राहिलेली नाही. स्मारकाबाहेरील किशोरदांच्या जीवनावरील विविध प्रसंगांच्या छायाचित्रांचा रंग उडून गेलाय. हे पाहून या स्मारकाचाही रंग उडाल्याचे सूचित होते आणि दिसलेही तसेच. कारंजे मोडून पडलेत. विद्युत रोषणाई बंद. परिसरातील झाडांची काळजी घेतली जात नाही. म्हणायला खांडवा पालिकेने तिथे राकेश कनारे या कर्मचाऱ्याला देखभाल दुरुस्तीसाठी ठेवले आहे. तोच गाईड म्हणूनही काम करतो. किशोरदांची माहिती येणाऱ्या पर्यटकांना सांगतो, अतिशय तल्लीन होऊन, हातवारे करीत. त्यांच्या गाण्यांच्या ओळीही गुणगुणतो.

स्मारक पाहत असतांना आम्हाला तिथे गणेश सकरगायें नावाचे मध्यमवयीन गृहस्थ भेटले. वेळ मिळाला की ते जवळपास रोजच स्मारकमध्ये येतात. ते किशोरदांचे निस्सीम चाहते. वयाच्या १३ व्या वर्षी त्यांनी किशोर कुमार यांचा कार्यक्रम खांडवा येथे ऐकला

होता. त्यानंतर किशोरदांच्या अंत्यसंस्कार प्रसंगीही ते उपस्थित होते.

येथे प्रत्यक्ष किशोरकुमार भेटल्याचा आनंद होतो, असे ते सांगतात. मी खांडवा येथून परतल्यावर त्यांनी दोनदा मोबाईलवर व्हिडीओ कॉल करून स्मारकातूनच माझ्याशी चर्चा केली आहे. स्मारकाच्या खाली असलेल्या खोलीत ४ ऑगस्ट आणि १३ ऑक्टोबरला किशोरदांवर आधारित डॉक्युमेंटरी फिल्म दाखवली जाते. पण एरवी वर्षभर ती खोली बंदच असते. किशोरदांचे स्मारक सुंदर आणि सुरेख आहे. पण त्यांच्या जीवनावरील डॉक्युमेंट्री दररोज येणाऱ्या सर्वच रसिकांना बघता आली असती तर... त्या परिसरात किशोरदांची सदाबहार गाणी हळुवार आवाजात लावली असती तर... ते स्मारक किशोरदांच्या जादुई आवाजाने सतत जिवंत वाटले असते. आमची परतण्याची वेळ झाली होती.

आम्ही निघालो. पण किशोरदांची अनेक गाणी मनात रुंजी घालत ओठांवरून कानावर येत होती. 'चलते चलते मेरे ये गीत याद रखना, कभी अलविदा ना कहना' या आणि अशा असंख्य सदाबहार गीतांच्या ओळी आठवत आठवत जड अंतकरणाने आम्ही तिथून बाहेर जरी बाहेर पडलो... किशोरदांना कोणताही संगीत रसिक कधीच 'अलविदा' करणार नाही...हे मात्र निश्चित!

स्मारकासमोर माझे काका श्री सुधाकर वैद्य, मी आणि माझी पत्नी सौ माया.

***

कुंभमेळ्यातील भाविकांची प्रचंड उपस्थिती.

कुंभमेळा- औदार्य, आध्यात्मिकता आणि वैज्ञानिकता यांचा कुंभ

दर बारा वर्षांनी भरणाऱ्या कुंभमेळ्याविषयी मला नेहमीच आकर्षण वाटत आले आहे. सुमारे पंधरा-सतरा वर्षांपूर्वी नाशिक येथे झालेल्या कुंभमेळाच्या सविस्तर बातम्या 'सकाळ'मधून वाचत होतो. त्यावेळीच आपणही एकदा कुंभमेळा अनुभवावा, अशी इच्छा होती. सुमारे तीन वर्षांपूर्वी झालेल्या उज्जैनच्या कुंभमेळ्यात मी सौभाग्यवतीसह गेलो होतो. मात्र, वेळेअभावी फारसे फिरू शकलो नाही.

अलाहाबाद (प्रयाग) येथे फेब्रुवारी २०१९ मध्ये कुंभमेळ्याचे दुसरे आणि तिसरे शाही स्नान होणार असल्याचे दिवाळीमध्ये वाचले होते आणि तेव्हाच या कुंभमेळ्यात जाण्याचा निर्णय घेतला होता. मी, अनिल महाजन गुरुजी, पत्रकार मित्र प्रकाश पाटील सर आणि वासुदेव नरवाडे, भुसावळचे डॉ. जगदीश पाटील सर आणि संजय ताडेकर सर, प्रकाश नरवाडे,विवरा यांच्यासह आम्ही कुंभमेळ्याला जाण्यासाठी एक फेब्रुवारीला भुसावळहून सकाळी निघालो. सुमारे पंधरा-सोळा तासांचा प्रवास करून माणिकपूर रेल्वे स्थानकावर उतरलो. तिथून रात्रीच चित्रकूटधाम या ठिकाणी मुक्कामी गेलो.

निसर्गरम्य चित्रकूट धाम

प्रभू श्रीरामचंद्र आपल्या वनवासाच्या चौदा पैकी अकरा वर्षे या भागात राहिले होते. त्यांना अयोध्येत परत नेण्यासाठी आलेल्या भरताची आणि त्यांची भेट याच परिसरात झाली होती. प्रभू श्रीरामांच्या रहिवासाच्या अनेक खुणा या परिसरात अजूनही आढळतात. हिंदीचे प्रख्यात साहित्यिक आणि रामचरित मानसचे रचयिता संतश्रेष्ठ गोस्वामी तुलसीदास आणि नुकताच भारतरत्न पुरस्कार जाहीर झालेले नानाजी देशमुख यांची ही कर्मभूमी. त्यामुळे या परिसरात येताना मनस्वी आनंद होत होता. विंध्य पर्वतातील दाट जंगल असलेला हा भाग नद्यांनीही संपन्न आहे. सुमारे ३८ चौरस किलोमीटर पसरलेला हा परिसर संपूर्ण पाहण्यासाठी पाच दिवस लागतात. पण आम्ही वेळेअभावी मोजक्या महत्त्वाच्या स्थळांना एका दिवसातच भेटी दिल्या. गंमत म्हणजे आम्ही चित्रकूट शहराच्या ज्या भागात हॉटेलमध्ये उतरलो होतो तो भाग उत्तर प्रदेशात आहे तर रामघाट वगळता अन्य सर्व दर्शनीय स्थळे मध्य प्रदेशात आहेत. आपण केव्हा उत्तर प्रदेशात आणि केव्हा मध्य प्रदेशात येतो, हे लक्षात येत नाही.

सकाळी लवकर उठून आम्ही समोरच्याच हॉटेलमध्ये मातीच्या कुल्हडमध्ये चहाचा आस्वाद घेतला आणि स्थळ दर्शनाला निघालो. सुरवातीला जानकी मंदिराचे दर्शन झाले. इथेच जानकी कुंडही आहे. इथे सीतामाई स्नान करीत असत. मंदाकिनी नदीशेजारीच स्फटिकशिला या ठिकाणी आम्ही गेलो. सीतामातेच्या पायाला चोच मारणाऱ्या कावळ्यामागे प्रभू श्रीरामांनी दर्भअस्त्र सोडले होते. अखेर शरण आल्यावर प्रभू श्रीरामांनी त्याला माफ केले होते. त्या ठिकाणी आम्ही त्या स्फटिक शिळेवर थोडा वेळ बसलो. नावाप्रमाणेच ही शिळा फिकट गुलाबी रंगाच्या स्फटिक दगडाची आहे. त्यानंतर तेथील प्रसिद्ध अशा सती अनुसया मंदिरात आलो. इथे या मंदिराचा उल्लेख सती अनुसुइया असा केला जातो. हे ठिकाण देखील पवित्र मंदाकिनी नदीच्या किनाऱ्यावर आहे. सती अनुसया यांनी ब्रह्मा, विष्णू आणि महेश यांना बालरुपात आणून जेऊ घातले आणि भगवान दत्तात्रयांचा जन्म झाला, अशी आख्यायिका आहे. सती अनुसया यांच्या जीवनातील या प्रसंगाची असंख्य चित्रे आणि विविध मूर्ती येथे पाहावयास मिळतात. या सर्वच मूर्ती सुबक, सुरेख आणि रेखीव आहेत. या ठिकाणी स्नान करण्याचे महत्त्व असल्याने मोठ्या संख्येने भाविक स्नान करताना दिसत होते. सती अनुसया मंदिराच्या कळसावर छत्रपती शिवाजी महाराज आणि राणा प्रताप यांच्या मोठ्या मूर्ती पाहून त्यांचा पराक्रम हा परिसराच्या आणि राज्याच्या सीमा ओलांडून गेल्याचा आनंद आणि अभिमान वाटला. या मंदिराच्या बाहेर भगवान श्रीकृष्णाच्या भव्य आणि सुंदर अशा विविध आकर्षक मूर्ती बघायला मिळाल्या. इथे दत्तजयंतीला मोठी यात्रा भरते. येथील प्रत्येक पूजा साहित्य विक्री दुकानात काळ्या घोड्याच्या नालेपासून तयार केलेल्या अंगठीची जाहिरात ध्वनीवर्धकावरून होत होती. केवळ १० रुपयांची ही अंगठी

५१ । **माझी भटकंती** (इस्राईल, तीर्थरंग आणि अंदमान...)

बोटात घातल्यामुळे मनातील इच्छा पूर्ण होते, असे निवेदक ओरडून सांगत होता. मला त्याची गंमत वाटली. कारण आम्हाला या भागात घोडे अपवादानेच दिसले. मग काळ्या घोड्याच्या नाले पासून इतक्या मोठ्या प्रमाणावर अंगठ्या कशा तयार केल्या असतील? आपण काही अंगठ्या नेऊ आणि घरी गेल्यावर इच्छुक मित्रांना देऊ, अशा गमतीदार चर्चा आमच्यात रंगली. मात्र, आमच्यापैकी कोणीही अंगठी घेतली नाही.

यानंतर गुप्त गोदावरी या एका आगळ्यावेगळ्या गुफेत जाण्यासाठी आम्ही निघालो. एका अतिप्रचंड कामदगिरी नावाच्या पर्वताखाली दोन गुहा आहेत. यातील गुहांमध्ये पाणी कोठून येते आणि कोठे जाते हे समजत नाही. पूर्वी पहिल्या गुहेत प्रवेश सहजपणे करता येत नव्हता. कारण गुहेचे तोंड अरुंद होते. आता गुहेचा हा भाग रुंद करण्यात आला आहे. आत प्रवेश केल्यावर २०० ते ३०० मीटर अंतर गुडघाभर पाण्यातून पायी चालत जावे लागते. सध्या या गुंहांमध्ये कृत्रिम हवेची आणि प्रकाशाची सोय केली आहे. पहिल्या गुहेच्या आत दगडी चौथऱ्यासारखी बैठक दिसते. या बैठकीवरच प्रभू श्रीरामचंद्र आणि सीतामाई बसत असत आणि या भागातील लोक त्यांना भेटायला येत, अशी आख्यायिका आहे. आता या चौथऱ्यावर राम, लक्ष्मण आणि सीतामाई यांच्या सुंदर मूर्ती आहेत. येथील थंडगार पाण्यातून चालण्याचा आनंदही आगळावेगळाच होता. गोदावरी नदी तेथून किमान दीड हजार किलोमीटर अंतरावर असताना त्या प्रवाहाला गुप्त गोदावरी नाव का पडले? गुप्त गंगा का नाही? हा माझ्या मनातील प्रश्न मात्र अनुत्तरीत राहिला.

हनुमान धारा या ठिकाणालाही आम्ही भेट दिली. संजीवनी बुटी हिमालयात परत ठेवून आल्यानंतर हनुमंतांनी इथे विश्रांती घेतल्याची आख्यायिका आहे. चित्रकूटमध्येच मंदाकिनी नदीच्या काठावर असलेल्या रामघाट परिसरालाही आम्ही भेट दिली. या ठिकाणी गोस्वामी तुलसीदास यांचे मंदिर आहे. येथे सायंकाळी होणारी आरती दर्शनीय असते. पण वेळेअभावी आम्ही त्या अनुभवाला, आनंदाला मुकलो. कुंभमेळ्याच्या पार्श्वभूमीवर घाटाची सजावट अतिशय सुंदर केलेली होती. मंदाकिनी नदीचे पात्र अतिशय शांत, पवित्र वाटत होते.

रामदर्शन परिसर

चित्रकूट येथील सर्वात जास्त लक्षात राहिला तो येथील रामदर्शन परिसर! पंडित दीनदयाळ शोध संस्थान निर्मित हे स्थान आहे. प्रभू श्रीरामचंद्रांच्या जीवनातील महत्त्वाचे प्रसंग येथे चित्र आणि मूर्ती यांच्या रूपाने साकारलेले आहेत. येथे प्रवेश करताच जगातील कोणकोणत्या देशांमध्ये रामायणाची पुस्तके आहेत, हे बघायला मिळते. रशिया, चीन,इंडोनेशिया,पोलंड, मलेशिया, जपान, फिलिपाईन्स आणि कोरिया या देशातील प्रभू श्रीरामचंद्रांच्या जीवनावर आधारित पुस्तके येथे मांडलेली दिसतात. प्रभू श्रीराम यांचे कार्य हे देशाच्या सीमा ओलांडून

माझी भटकंती (इस्राईल, तीर्थरंग आणि अंदमान...) । **५२**

महामंडलेश्वर प पू संत जनार्दन महाराजांच्या सान्निध्यात आम्ही.

पलीकडे जाण्याइतके उत्तुंग आहे, हेच खरे. आत प्रवेश करताच चित्ररूप, शिल्परूप आणि मूर्तीरुप राम चरित्राचे दर्शन आपल्याला घडते. सारी चित्रे सुंदर आणि सुबक. प्रत्येक चित्रातील बारीक-सारीक व्यक्तिरेखा अतिशय प्रभावीपणे चितारलेल्या आहेत. रामायणकालीन जीवन चित्रकाराने जीव ओतून चितारले आहे. त्याचबरोबर प्रत्येक चित्र, मूर्तीसोबत लिहिलेला मजकूर हा हृदयस्पर्शी आणि परिणामकारक आहे. येथील सारी चित्रे अगदी सजीव वाटतात. विविध व्यक्तिरेखांमधील आनंद, दुःख, क्रोध, शौर्य, वात्सल्य, ममता हे भाव प्रभावीपणे व्यक्त झाले आहेत.

बलात्कार करणाऱ्या आरोपीला रामायणकाळात मिळालेली शिक्षा, भ्रष्टाचार मुक्तीसाठी उपाय, स्थानिक नेतृत्वाला प्रभू श्रीरामचंद्रांनी दिलेली संधी, स्थानिक नागरिकांमध्ये विश्वास निर्माण करण्याचा संदेश हे मला जास्त महत्त्वाचे वाटले. या रामदर्शनचे मार्गदर्शक विद्यावाचस्पती प्राचार्य राम शेवाळकर आहेत, हे वाचून आणखी आनंद झाला आणि अभिमानही वाटला. याची निर्मिती डॉ. राजाराम जयपुरिया यांनी केली आहे. येथील सुंदर, मनमोहक अशी चित्रे प्रसिद्ध चित्रकार सुहास बहुळकर, विजय आचरेकर यांनी अत्यंत तन्मयतेनने रेखाटली आहेत. रामदर्शनच्या प्रवेशद्वाराजवळच असलेली हनुमानाची भव्य मूर्ती प्रत्येकाचे लक्ष वेधून घेईल अशीच आहे. रामदर्शनमध्ये प्रवेश करताना आणि बाहेर पडताना एखाद्या गुहेत प्रवेश करतोय, असे बांधकाम केलेले आहे.

आतमध्ये छायाचित्रे काढण्यास मनाई असल्याने हे क्षण टिपता आले नाहीत. रामदर्शन समोरच महात्मा गांधी चित्रकूट ग्रामोद्योग विश्वविद्यालय आहे. या परिसराचा फेरफटका

कुंभमेळ्यात श्री संत भरतदासजी महाराज (कुसुंबा ता रावेर) यांच्या सोबत आम्ही सर्व

आम्ही मारून आम्ही प्रयागकडे प्रयाण केले एसटी बसने. रस्त्याने त्या भागातील लोकांचे जनजीवन न्याहाळत होतो. गहू आणि मोहरीची शेती पाहत होतो. प्रयागला पोहोचल्यावर गंगा नदीपर्यंत रिक्षाने गेलो. तेथून सुमारे चार-पाच किलोमीटर कुंभग्रामपर्यंत पायी जावे लागले. कुंभग्राममध्ये जाताना गंगा नदीवर भाविकांच्या सोयीसाठी कृत्रिम पूल तयार केले होते. त्या पुलावरून चालताना गंगेच्या निर्मळ, पवित्र पाण्याचा खळखळाट कानाशी खेळत होता. त्यामुळे पायी चालण्याचा थकवा जाणवत नव्हता.

कुंभग्रामचा हा भाग सुमारे ३२ चौरस किलोमीटर क्षेत्रात पसरलेला आहे. त्यामुळे आमच्या रावेर तालुक्यातील कुसुंबा येथील श्रीमहंत भरतदासजी महाराज यांचा आखाडा शोधताना आमची दमछाक झाली. मात्र, महाराज स्वतः आम्हाला घ्यायला आले होते. आमची भेट होताच त्यांनी अतिशय आत्मियतेने आमचे स्वागत केले. या आदरतिथ्याने आम्ही एवढे भारावून गेलो की झालेली दमछाक पार विसरून गेलो. जेवण केल्यावर रात्रीच कुंभमेळ्या जवळील परिसराचा फेरफटकाही मारला.

कुंभमेळ्याच्या इतिहासात डोकावताना...

प्रयागराज येथील कुंभमेळ्याची प्रत्यक्ष भ्रमंती कशी झाली, या माहितीपूर्वी आपण कुंभमेळ्याच्या इतिहासात थोडक्यात डोकावून येऊ!

भारतात भरणारा हा कुंभमेळा म्हणजे जगातील सर्वात मोठा धार्मिक उत्सव आहे. हरिद्वार,

प्रयाग, उज्जैन आणि नाशिक येथे दर बारा वर्षांनी कुंभमेळा भरतो. प्रयागराज येथे बारा कुंभमेळ्यानंतर म्हणजेच १४४ वर्षानंतर महाकुंभमेळा भरतो. प्रयागराज येथील कुंभमेळ्याची सुरूवात ही मकरसंक्रांतीपासून होते. भारतातील कुंभमेळ्याला हजारो वर्षांचा इतिहास आहे. इसवी सन ६०० मध्ये चिनी प्रवासी ह्यान सेंग याने सम्राट हर्षवर्धन यांनी आयोजित केलेल्या कुंभमध्ये त्रिवेणी संगमावर स्नान केल्याची नोंद आढळते. इ. सन १३३८ मध्ये तैमूरने हरिद्वारच्या कुंभमेळ्यावर आक्रमण करून हजारो भाविकांची कत्तल केल्याची नोंदही इतिहासात आहे. सन १६६० मध्ये नाशिकमध्ये शैव आणि वैष्णव संप्रदायात संघर्ष होऊन सुमारे ६० हजार भाविकांचा मृत्यू झाला होता. सन १७६० मध्ये ब्रिटिशांनी संत महंतांच्या शाही स्नानाची व्यवस्था केल्याचीही नोंद आढळते. मुगलकालीन कागदपत्रांमध्ये देखील कुंभमेळ्याची नोंद आहे. कुठलेही निमंत्रण नसताना हजारो-लाखो भाविक एकत्र येऊन या कुंभमेळ्याचे आयोजन होत असते. म्हणूनच युनेस्कोने कुंभमेळ्याला 'जागतिक सांस्कृतिक वारसा' म्हणून घोषित केले आहे. कुंभमेळ्यात होम हवन, वैदिक मंत्र पठण, प्रवचन, उपदेश असे अनेक कार्यक्रम होताना दिसतात. पवित्र नदीत अथवा संगमावर स्नान केल्याने पुण्य प्राप्त होते, अशी श्रद्धा हिंदू धर्मियांमध्ये आहे. त्यात वावगे काहीही नाही. मी कुंभमेळ्याहून परत आल्यावर कुंभमेळ्यात स्नान करणाऱ्या साधू आणि भाविकांवर टिका टिप्पणी करणारा लेख माझ्या वाचनात आला. तो एका ऑस्ट्रेलियन पत्रकार तरुणीने लिहिला होता. त्यात कुंभमेळ्यातील साधू कशासाठी स्नान करतात? ते कुठे इतकी पापे करतात की ती धुण्यासाठी स्नान करतात? असा प्रश्न उपस्थित करून टीका टिप्पणी केलेली होती. टिकाकारांबाबत मी इतकेच म्हणेन, की जर स्नान करून पुण्य मिळणार असल्याची, आपण चुकून केलेल्या पापातून मुक्त होणार असल्याची भावना हिंदू धर्मियांच्या मनात असली तर त्यात चुकीचे काहीही नाही.

२०१८ मध्ये मी इस्त्राईल दौऱ्यावर गेलो होतो. तिथे ख्रिश्चन आणि ज्यू धर्मिय पवित्र मानत असलेल्या जॉर्डन नदीत स्नान करताना आणि तेथून नदीचे पाणी पवित्र म्हणून बाटलीत भरून नेताना मी असंख्य ख्रिश्चन, ज्यू भाविकांना पाहिले आहे. अशा परिस्थितीत ख्रिश्चन आणि ज्यू धर्मीय पत्रकारांना वैज्ञानिक पायावर उभे असलेल्या वैदिक हिंदू धर्मावर टिका करण्याचा अजिबात अधिकार नाही, असे मला वाटते. किंबहुना त्यांनी वैज्ञानिक पाया असलेल्या वैदिक धर्मात नाक खुपसू नये हेच बरे!

या कुंभमेळ्यात अखिल भारतीय संत समितीने एकत्र येऊन अनेक विषयांवर सकारात्मक चर्चा केली आहे. त्यात आपल्या सर्वांच्या जिव्हाळ्याचा आणि श्रद्धेचा विषय असलेल्या श्रीराम जन्मभूमी आणि नियोजित मंदिराच्या विषयाचाही समावेश होता. अशा कुंभमेळ्याच्या निमित्ताने साधुसंत एकत्र येऊन देश आणि समाजहिताच्या मुद्द्यावर साधक-बाधक चर्चा करणार असतील तर त्याचे स्वागतच करायला हवे.

५५ । **माझी भटकंती** (इस्त्राईल, तीर्थरंग आणि अंदमान...)

कुंभमेळ्यातील शाही स्नानासाठी साधूंची निघालेली मिरवणूक.

थेट कुंभमेळ्यातून...

अलाहाबाद रेल्वे स्थानकापासून (या रेल्वे स्थानकाचे नवे नाव - प्रयागराज) सुमारे ११ किलोमीटर अंतरावर असलेल्या गंगा नदीच्या किनाऱ्यावर कुंभग्राम उभारण्यात आले होते. सुमारे ३२ चौरस किलोमीटर क्षेत्रफळ असलेल्या या कुंभग्राम मध्ये १७ सेक्टर म्हणजे १७ विभाग पाडण्यात आले होते. त्यात ४० हजार संस्था आणि व्यक्तींना जागावाटप करण्यात आले होते. पिण्याचे पाणी, वापरण्याचे पाणी, स्वच्छतागृहे, पार्किंग व्यवस्था याची उत्तम सोय केली होती. हजारो-लाखो लोक कुंभग्राममध्ये येऊनही कोठेही अस्वच्छता किंवा गोंधळ दिसला नाही.

आमच्या जळगाव जिल्ह्यातील रावेर तालुक्यातील कुसुंबा येथील श्री. महंत भरतदासजी महाराज, फैजपूर येथील महामंडलेश्वर जनार्दन महाराज यांचा निवास कुंभग्राममध्ये जिथे होता, तिथे जिल्ह्यातील भक्त मोठ्या संख्येने उतरले होते. एरवी भाविक आणि भक्त मंडळी संत, महंतांची सेवा करताना दिसतात. मात्र कुंभग्राममध्ये सारेच संत आणि महंत भाविकांच्या सेवेत लागलेले होते. आलेल्या भाविकांच्या निवास आणि भोजन व्यवस्थेकडे साऱ्याच संत, महंतांचे बारकाईने लक्ष होते. संपूर्ण कुंभग्राममध्ये भाविकांची प्रचंड गर्दी होती. जिथे नजर जाईल तिथे माणसेच माणसे दिसत होती. तंबूच्या बाहेर रस्त्यावर देखील लाखो भाविक बसलेले, झोपलेले दिसत होते. आम्ही २ फेब्रुवारीला रात्री उशिरा कुंभग्राममध्ये पोहोचलो, तेव्हाही रात्री असंख्य भाविक गंगास्नानासाठी संगमाकडे जाताना दिसले. दुसरे शाहीस्नान मौनी अमावस्येला म्हणजे ४ फेब्रुवारीला होते. त्याच्या आदल्या

दिवसापासून म्हणजे ३ फेब्रुवारीला दुपारपासूनच प्रशासनाने अलाहाबाद स्थानकापासून सर्व प्रकारची वाहने बंद केली होती. त्यामुळे साऱ्याच भाविकांना किमान १० ते १२ किलोमीटर पर्यंतचा प्रवास पायीच करावा लागत होता. कुंभग्राममध्ये ठिकठिकाणी हजारो राहुट्या आणि तंबू लावलेले होते. साध्या कापडाच्या तंबूपासून ते वातानुकूलित तंबूपर्यंत! पाच-सात भाविकांपासून ते दहा हजार भाविक मावतील, इतक्या प्रचंड तंबूपर्यंत आणि भाजी, पोळीपासून ते पंचपक्वान्नापर्यंत मोफत अन्नदान ही कुंभमेळ्याची आम्हाला जाणवलेली काही वैशिष्ट्ये होती. ठिकठिकाणी कथा, प्रवचने, सत्संग सुरू होते. या भेटीत आम्हाला दोन वेळा (३ आणि ४ फेब्रुवारी) गंगा स्नान करण्याची संधी मिळाली. ४ फेब्रुवारीला शाही स्नानाच्या दिवशी आम्ही सर्वजण श्री. महंत भरतदासजी महाराज यांच्या संतोषी निर्मोही आखाड्यातून स्नानाला गेलो. रस्त्यात ठिकठिकाणी या आखाड्यातील साधूंनी तलवार, दांडपट्टा भाला आदींची थरारक प्रात्यक्षिके सादर केली. वाजत गाजत ही मिरवणूक त्रिवेणी संगमावर पोहोचली. आम्ही सर्वजण उत्साहात मिरवणुकीच्या अग्रभागी होतो. शाहीस्नानाचा हा शाही सोहळा आम्ही याची देही याची डोळा अनुभवत होतो.

आम्हीही स्नानाचा आनंद घेतला. अर्थात याचे सर्व श्रेय श्री. महंत भरतदासजी महाराज यांना आहे. शाही स्नान करण्याची संधी ज्या मोजक्या आखाड्यांना मिळते, त्यात श्री. महंत भरतदासजी महाराज यांच्या संतोषी निर्मोही आखाड्याला मानाचे स्थान आहे आणि त्यात भरतदासजी यांचे स्थान महत्त्वाचे आहे, हे जाणवले. या कुंभमेळ्यात हजारो-लाखो लोक येऊनही कोठेही अस्वच्छता नव्हती. दर दहा पंधरा मिनिटात सफाई कामगार सफाई करताना दिसत होते. पिण्याचे पाणी, स्वच्छतागृह या सोयीही उल्लेखनीय होत्या. सकाळी उठल्यापासून ध्वनिवर्धकावरून चहा, अल्पोपाहारासाठी आवाहन केले जायचे. दुपारच्या महाप्रसादही असंख्य तंबूमधून सुरू असायचा. कुंभमेळ्यात एकूण १७ सेक्टर (विभाग) होते. त्यात १६ व्या सेक्टरमध्ये आम्ही मुक्कामी होतो. जवळपास दोन दिवसात आम्ही १६ वे सेक्टर देखील पूर्ण पाहू शकलो नाही, इतका भलामोठा हा कुंभग्रामचा परिसर होता.

नागा साधूंचे आकर्षण

कुंभमेळा म्हणजे हिमालयातून येणाऱ्या नागा साधूंची मोठी उपस्थिती. कुंभग्राममध्ये त्यांच्या आखाड्याला प्रशासनाने मोठी जागा उपलब्ध करून दिली होती. बहुतेक नागा साधू होमहवन, पूजाअर्चा करत होते. काही भाविकांशी चर्चा करत होते. गळ्यात आणि थेट शरीरभर फक्त रुद्राक्ष धारण केलेले साधू, अंगभर भस्म लावून निर्वस्त्र बसलेले साधू, केसांच्या जटांमध्ये पांढरे उंदीर खेळविणारे साधू, काटेरी शय्येवर झोपलेले साधू, समोर भक्तांनी ठेवलेल्या रुपयांच्या नोटा न मोजताच ते एखाद्या भाविकाच्या हातात ठेवणारे साधू, भाविकांना रक्षा आणि प्रसाद देणारे साधू, फोटो काढू देणारे साधू अन् फोटो काढण्याचा

५७ । **माझी भटकंती** (इस्राईल, तीर्थरंग आणि अंदमान...)

प्रयत्न करणाऱ्यांमागे धावून जाणारे साधू... अशी कितीतरी नागा साधूंची रूपं आम्ही पाहिली. नागा साधूंसोबत या कुंभग्राममध्ये भारतातील असंख्य विद्वान, साधू, संत, महात्मे,जगद्गुरू शंकराचार्य, मंडलेश्वर, महामंडलेश्वर अशी मांदियाळी जमली होती. या विद्वानांच्या श्रीमुखातून ठिकठिकाणी धार्मिक प्रवचने ऐकण्यासाठी मोठी गर्दी झाली होती.

या गर्दीचे विहंगम दृश्य पाहण्याची संधी आम्हाला अनेकदा मिळाली, ती पोलिसांना बंदोबस्तासाठी उभारलेल्या उंच निरीक्षण मनोऱ्यांमुळे. मनोऱ्यावर चढून आम्ही फोटो काढले. चित्रीकरण केले आणि तेथून कुटुंबिय, मित्रांसाठी मोबाईलवर थेट प्रक्षेपणही केले.

कुंभमेळ्यात अब्जाधीश चौधरी कुटुंबियांचा गोतावळा!

कुंभमेळ्यात जवळपास महिनाभर पंधरा ते वीस हजार भाविकांना अन्नदान करणाऱ्या कोलकाता येथील श्यामसुंदर चौधरी यांची भेट झाली. चौधरी हे मोठे उद्योगपती. भारतातील आठ राज्यांमध्ये आणि चीनमध्ये त्यांचा हिमाद्री केमिकल इंडस्ट्रीजचा व्यवसाय आहे. एकूण व्याप आणि जमा- खर्च याचा विचार करता चौधरी यांच्या व्यवसायाचा भारतात तिसरा क्रमांक लागतो. इतक्या मोठ्या कंपनीचे मालक असूनही श्री. चौधरी यांचा मुलगा अनुराग,पत्नी,सुना, नातवंड हा सर्व लवाजमा महिनाभर प्रयागमध्ये मुक्कामी होता. हे सर्व कुटुंबिय स्वतः उपस्थित राहून भक्तिभावाने अन्नदान करीत होते. कोलकाता येथून त्यांनी सुमारे पंधरा ते वीस ट्रकमध्ये विविध खाद्यसामान भरून आणले होते. जवळपास महिनाभर त्यांचे हे अन्नछत्र सुरू होते. गॅसवर चालणाऱ्या १० आणि लाकूडफाट्यावर पेटणाऱ्या २० अशा एकूण ३० भट्ट्यांमधून पहाटेपासून ते रात्री उशिरापर्यंत विविध अन्नपदार्थ तयार करण्याचे काम त्यांनी सोबत आणलेले सुमारे तीनशे कामगार करत होते. त्यांच्या तंबूत येणारा प्रत्येक भाविक या अन्नछत्राचा लाभ घेत होता. शाही स्नानाच्या दिवशी म्हणजे ४ फेब्रुवारीला किमान पन्नास हजार जणांना अन्नछत्राचा लाभ होईल, असे नियोजन त्यांनी केले होते. केवळ एवढेच नव्हे तर येणाऱ्या असंख्य भाविकांना त्यांनी थंडीपासून संरक्षण होण्यासाठी ट्रकभर स्वेटर आणि कांबळ भेट दिले. भारतात टाटा, बिर्ला, अंबानी,अदानी अशा अनेक उद्योजकांची नावे आपण घेतो. पण कुंभमेळ्यात समाजसेवा करताना दिसले ते चौधरी कुटुंबियांचा गोतावळा. कुंभमेळ्यात हजारो भाविकांना तृप्त करणाऱ्या, त्यांची सेवा करणाऱ्या चौधरी कुटुंबियांचे आम्हाला विशेष कौतुक वाटणे साहजिकच होते.

कुंभग्राममध्ये रात्री उशिरापर्यंतही भाविकांची वर्दळ सुरूच असल्याचे दिसायचे. पहाटे पाच वाजल्यापासून पुन्हा नव्या जोशात वर्दळ वावरायला लागायची. बोचरी थंडी असूनही भाविक पहाटेपासून स्नानासाठी श्रद्धेने रांगा लावत. नदीकिनाऱ्यावर पोलीस आणि बचाव पथके तैनात असायची. कुंभ सोहळ्याचे वृत्तांकन करण्यासाठी आलेल्या देश-विदेशातील पत्रकारांचीही यानिमित्ताने आम्ही भेट घेतली.

माझी भटकंती (इस्राईल, तीर्थरंग आणि अंदमान...) । ५८

रोज ५० हजार भाविकांना अन्नदान करणारे पश्चिम बंगाल मधील चौधुरी कुटुंब.

परतताना मोठी कसरत

४ फेब्रुवारीला शाही स्नानाचा लाभ घेतला. दुपारी आम्ही निवांत जेवण करत असतानाच त्याच दिवशीचे सायंकाळचे आमचे 'तात्काळ' कोट्यातून रेल्वे रिझर्वेशन 'कन्फर्म' झाल्याचे कळाले आणि आमची परतीची गडबड सुरु झाली. मी, डॉ. जगदीश पाटील आणि संजय ताडेकर सर असे तिघेही परतीच्या प्रवासाला निघालो. प्रकाश पाटील सर,वासुदेव नरवाडे,प्रकाश नरवाडे आणि अनिल महाजन गुरुजी अयोध्या आणि काशी दर्शन करून येणार होते. परत येताना मला खूपच कसरत करावी लागली.

कुंभग्रामपासून ते अलाहाबाद रेल्वेस्थानकापर्यंत अंतर सुमारे ११ किलोमीटर आहे. प्रशासनाने शाही स्नानाच्या दिवशी सर्वच वाहने बंद केल्याने तीन साडेतीन तासात अकरा किलोमीटर अंतर हातात जड बॅग घेऊन चालण्याशिवाय पर्याय नव्हता. मी खूपच थकून गेलो होतो. त्यातच रेल्वे स्थानक दीड किलोमीटर शिल्लक असतानाच पोलीस प्रशासनाने रेल्वे स्थानक सील केले. रेल्वे स्थानकावर किमान तीन-चार तास कोणालाही प्रवेश मिळणार नव्हता आणि आमची गाडी तर तासाभरानंतरच होती. अलाहाबादच्या मुख्य रस्त्यावर आणि आजूबाजूच्या लहान गल्ल्यामध्ये हजारो भाविक आपले सामान ठेवून रेल्वे स्थानकात प्रवेश करण्याच्या प्रतीक्षेत होते. प्रचंड गर्दीमुळे मला माझी जड बॅग हातात घेणे शक्यच नसल्याने मी ती थेट डोक्यावर घेऊन स्थानकाच्या दिशेने चालू लागलो!

कुंभमेळ्यात उभारलेल्या भव्य तंबू समोर आम्ही सर्व.

चोरट्याची हातचलाखी आणि माझे प्रसंगावधान

रेल्वेस्थानक जवळ येऊ लागले तसतशी रस्त्यावरील गर्दी वाढू लागली. जिकडे पाहावे तिकडे माणसांचा समुद्र होता. रेटारेटी आणि गर्दीचा फायदा घेऊन एका चोरट्याने मागून येत माझ्या पॅन्टच्या आतील खिशातील पैसे काढण्याचा प्रयत्न केला. मला स्पर्श होताच मी बॅग सोडून त्याचा हात पकडला. तेवढ्यात माझ्या खिशातील त्याने काढलेले पैसे खाली पडले. मी चटकन वाकून पैसे उचलले आणि चोर चोर असे ओरडलो. मात्र त्या प्रचंड गर्दीत नेमके कोणी पैसे चोरण्याचा प्रयत्न केला, हे माझ्याही लक्षात आले नाही. एका संशयिताला लोकांनी धरले. पण त्याने 'तो मी नव्हेच' अशी भूमिका घेतली तर तेथील पोलिसांनी बघ्याची भूमिका घेतली. त्यामुळे तो निसटला. निदान पैसे परत मिळाल्याच्या समाधानात आम्ही पुन्हा रेल्वे स्थानकात प्रवेश करण्याचा प्रयत्न सुरू केला. प्रयागराज रेल्वे स्थानकापासून सुमारे एक किलोमीटर अंतरावर असलेल्या आऊटरकडून प्रवेशाचा धोकादायक निर्णय आम्ही घेतला. मात्र तिथेही पोलीस बंदोबस्त होता. पोलीस आम्हाला रेल्वे ट्रॅकवरून जाऊ देण्यास परवानगी देत नव्हते. अर्थात ते धोकेदायकही होते. अखेर मी ओळख दाखवत आणि रिझर्वेशन तिकीट दाखवत विनंती करत ट्रॅकवरून जाण्यास परवानगी मिळवली. अगदी सावधपणे चालत आम्ही कसेबसे प्रयागराज रेल्वे स्थानकावर पोहोचलो आणि काही वेळातच गाडी आली. गाडीत आम्हाला जागा मिळाली. मात्र नंतर गाडीत इतकी गर्दी झाली ती थंडीत देखील आम्हाला घाम फुटला!

दुसऱ्या दिवशी सायंकाळपर्यंत मी घरी रावेरला पोहोचलो. परतीच्या प्रवासात पायी

चालण्याचा किरकोळ त्रास वगळता एकूणच आमचा कुंभमेळा आणि चित्रकूटधाम दर्शन कार्यक्रम कमालीचा यशस्वी झाला. हजारो वर्षांची परंपरा असलेल्या कुंभमेळ्यात त्रिवेणी संगमावर स्नान केल्याचे समाधान घेऊन सुखरूप घरी परतलो.

त्रिवेणी संगमाचे महत्त्व

गंगा नदीच्या पाण्यात, विशेषतः त्रिवेणी संगमावर स्नान करण्याचे महत्व आगळेवेगळे आहे. गंगा, यमुना आणि गुप्त सरस्वती या नद्यांच्या संगमाला आपल्या वैदिक धर्मात अनन्यसाधारण महत्व आहे. ते धार्मिक आहे तसे वैज्ञानिक दृष्ट्याही महत्वाचे आहे. धार्मिक यासाठी की आपण जीवन जगतांना आपल्या हातून अजाणतेपणी पाप होऊ शकते. उदा. चालतांना पायाखाली अनेक लहान प्राणी मरतात. हे पाप काही मुद्दाम केलेले नसते. पण अशा पापातून मुक्ती मिळते, असे आपले शास्त्र सांगते.

दुसरे असे की गंगेचे पाणी अल्कलीयुक्त आहे, हे वैज्ञानिक सत्य आहे. गंगेचे बाटलीत आणलेले पाणी वर्षानुवर्षे तसेच निर्जंतुक राहते, याचे कारण ते आहे. म्हणून या पाण्याने स्नान करणे आणि ते पिणे या दोन्ही गोष्टी वैदिक धर्मात महत्वाच्या मानल्या गेल्या आहेत. याला टीकाकार भलेही अंधश्रद्धा म्हणोत, पण याला वैज्ञानिक आधारही आहे. म्हणून शेकडो वर्षांपासूनची ही परंपरा आजही सुरू आहे आणि पुढेही ती सुरूच राहील यात शंकाच नाही.

कुंभमेळ्यातील नागा साधू

***

गोव्यातील कलंगुटच्या समुद्र किनाऱ्याचे विहंगम दृश्य.

निसर्ग आणि स्वच्छ, सुंदर, पवित्र मंदिरांचा संगम-गोवा

गोवा म्हणजे अखाद्य भक्षण, अपेय पान, धांगडधिंगा आणि बरंच काही... लहानपणापासून आम्ही असंच आणि बरंच काही ऐकत आलो आहोत. गोव्याला जायचं म्हणजे तिथं जाऊन चैन, जल्लोष, धांगडधिंगा अशीच प्रतिमा जनमानसात आहे. म्हणूनच माझे स्नेही मित्र आणि एलआयसीचे ब्रँच मॅनेजर संजय मिसर गोव्यात असूनही मी तिकडे एकटा किंवा कुटुंबासह फिरायला जाण्याचा विचारही मनात आणला नव्हता. मात्र, २०१७ च्या दिवाळीत श्री. मिसर यांनी त्यांची अखेरची मात्रा वापरली. 'मी सतत बोलवतोय पण तुम्ही येत नाही?', 'माझी गोव्याहून बदली झाल्यावर तिथे जाणार आहात काय?', अशी प्रश्नांची सरबत्तीच त्यांनी केली आणि ही मात्रा लागू पडली.

मी गोव्याला जाण्याचा निर्णय घेतला. माझी सुविद्य पत्नी सौ. माया आणि मी रेल्वेने रावेरहून मुंबई आणि तिथून विमानाने गोव्यातील पणजी विमानतळावर दाखल झालो. युरोपातून दक्षिण आफ्रिकेला वळसा घालून भारताकडे येणारा पहिला जलमार्ग शोधणारा वास्को-द-गामा हा पोर्तुगीज खलाशी १४९८ मध्ये सर्व प्रथम भारतात आला. विशेष

म्हणजे, आपल्या भारत भूमीतून सर्वात शेवटी गेलेले परकीय तेही पोर्तुगीजच! १९६३ मध्ये पोर्तुगीजांच्या तावडीतून गोवा मुक्त झाला. पण त्यांच्या संस्कृतीचा आजही मोठा पगडा गोव्यातील जनमानसावर आहे.

गोव्यात सर्वप्रथम आम्ही पाहिले ते येथील स्वच्छ समुद्र किनारे. मीरामार, बागा, कलंगुट, कोको बीच, दोना पावला, अंजुना, वागातोर या समुद्र बीचवर स्नान केले. मनमुराद भटकलो. येथील प्रत्येक बीचची ओळख वेगळी आहे. निसर्ग सौंदर्य वेगळे आहे आणि देखणेही आहे. दोन-दोन, तीन-तीन किलोमीटरवर असलेल्या यातील काही किनाऱ्यावर अतिशय बारीक वाळू तर काही ठिकाणी खडक. वाळूचा रंगही कुठे लालसर तर कुठे चंदेरी तर कुठे सोनेरी. प्रत्येक किनाऱ्यावरील संस्कृतीही वेगळी. प्रत्येक ठिकाणचा समुद्र वेगळा. कुठे शांत तर कुठे खवळलेला.

कुठे अक्राळ-विक्राळ तर कुठे फेसाळलेला. किनाऱ्यावर दूरवर पसरलेल्या नारळ-सुपारीच्या हिरव्यागार बागा. हे सर्व निसर्ग वैभव बघून मन तृप्त होत होतं. पणजी जवळील किल्ला आणि अगवाद किल्लाही बघण्यासारखा. पोर्तुगीजांच्या दूरदृष्टीची साक्ष देणारा. गोव्यातील मंदिरेही सुरेख आहेत. मन प्रसन्न होईल असे पावित्र्य, स्वच्छता आणि भव्यता जाणवते. सचिन तेंडुलकरची कुलदेवता असलेली म्हार्दोळची महालसा नारायणी, मंगेशीचा मंगेश, वेलिंगचे नृसिंह, कवळे येथील शांतादुर्गा, रामनाथ येथील रामनाथी, छत्रपती शिवाजी महाराजांनी आज्ञा देऊन जीर्णोद्धार केलेले चौंडण येथील सप्तकोटीश्वर आदि मंदिरांचे दर्शन झाले. याशिवाय मोटारसायकलवर गोव्याच्या ग्रामीण भागात भ्रमंती करताना अनेक लहान मोठी मंदिरे पाहिली.

या मंदिरांची अनेक वैशिष्ट्ये आहेत. या सर्व मंदिरांमध्ये त्या त्या देवतांचे उत्सव तर साजरे होतातच पण त्या त्या मंदिरांचा स्थापना दिवस साजरा करण्याचीही अनुकरणीय परंपरा गोव्यात आहे. त्या काळात भजने, धार्मिक उत्सव तर होतातच पण संगीत, नाट्य, नृत्य आदि कार्यक्रमांची तिथे रेलचेल असते. त्यासाठी मंदिर आवारात सभागृह आणि व्यासपीठही असते. संपूर्ण आवारात कमालीची स्वच्छता, पावित्र्य! प्रत्येक मंदिरात अडीच ते तीन फूट उंचीच्या पितळाच्या समया कायम तेवत असतात. प्रत्येक मंदिरात दर्शन करायला येणाऱ्या भाविकांना पुजारी तीर्थ देतात.

मंदिराच्या सभासदांना म्हणजे महाजनांना राहण्या-जेवण्याची अल्पदरात व्यवस्थित इथे मंदिर परिसरातच केलेली असते. पणजी येथील श्री दत्तात्रय, हनुमान आदींची मंदिरे सुरेख आहेतच. मात्र खरी बघण्यासारखी मंदिरे दक्षिण-पूर्व गोव्यात आहेत. पोर्तुगीजांच्या आक्रमणामुळे मडगाव, पणजी भागात तुलनेने मोठी मंदिरे कमी आहेत. वर वर्णन केलेली सर्व मंदिरे दक्षिणेकडे म्हणजे जुन्या गोव्याच्या पुढे आहेत. या सर्व मंदिरात दररोजच्या व आठवड्याच्या पूजेसाठी प्रतीक्षा यादी असते. ज्या भक्तांना पूजेची संधी मिळते ते

६३ । **माझी भटकंती** (इस्राईल, तीर्थरंग आणि अंदमान...)

गोव्यातील अतिशय सुंदर श्री दत्त मंदिर.

फक्त निधी देत नाहीत तर, स्वतः मंदिर परिसर धुऊन, पुसून काढतात आणि नंतरच पूजेला बसतात. मंदिरात दर्शनासाठी येणारे सर्व भक्त पाय स्वच्छ धुऊन येतात. तशी पाय धुण्याची व्यवस्था इथल्या सर्व मंदिरांमध्ये केलेली आहे. आरती झाल्यावर प्रसाद ग्रहण केल्यावर पूजाऱ्यांनी अनुज्ञा दिल्यावरच भक्त परततात. घाईघाईने प्रसाद घेऊन निघून गेल्यास तो देवतेचा आणि पुजाऱ्याचाही अपमान समजला जातो. इथल्या प्रत्येक मंदिरातून रोज किंवा आठवड्यातून एकदा तरी भजने होतात. यात दोनदा श्रोता म्हणून सहभागी होण्याची संधी मला मिळाली. आपल्याकडील वारकरी संप्रदायाची भजने तितक्याच ताकदीने, भक्तीने आणि निष्ठेने तिथले भाविक म्हणतात. अनेक ठिकाणी श्री. संजय मिसर त्यांना तबल्यावर साथ देतात.

गोव्याची आणखी काही वैशिष्ट्य मला प्रकर्षाने जाणवली. हे शहर कमालीचे शांत आहे. तिथे माणसांपेक्षा वाहने जास्त आहेत. रस्त्यावरही वाहनांची मोठी वर्दळ. मात्र, हॉर्न क्वचितच ऐकू येतो. कुठेही आरडाओरडा नाही आणि आरडाओरडा ऐकू आलाच तर बाहेरून येणाऱ्या पर्यटकांचा असणार हे नक्की!

कमालीचे स्वच्छ शहर. रस्त्यावर कुठेही अतिक्रमण नाही. तिथे कुठेही चहाची किंवा पान टपरी नाही. तंबाखू आणि गुटखा खाऊन मारलेल्या पिचकाऱ्या नाहीत. गोव्याबद्दल पूर्वी ऐकलेली एकही वाईट, आक्षेपार्ह बाब मला कुठेही दिसली नाही. समुद्रकिनाऱ्यावर विदेशी पर्यटक तोकड्या कपड्यांवर फिरताना दिसतात. मात्र ती त्यांची जीवनशैली आहे.

ते आपल्या आपल्या मस्तीत आणि धुंदीत तिथे हिंडतात, फिरतात. आपल्याकडे कोणी बघतंय याची त्यांना अजिबात फिकीर नसते. गोव्यातील पणजी या मुख्य शहरातून अनेक बेटांवर जाण्यासाठी तिथे नदीतून आणि समुद्रातून विनामूल्य फेरी बोट उपलब्ध आहेत. त्यात मोटरसायकल किंवा मोटारही नेता येते. गोव्यातील पाच दिवसांच्या मुक्कामात मला एक बोनस मिळाला! गोवा सरकारतर्फे तिथे लोक महोत्सव सुरू होता. विविध राज्यातील एकाहून एक सरस, बहारदार लोकनृत्ये आम्हाला पाहायला मिळाली. विविध राज्यातील वस्तूंचे, खाद्यपदार्थांचे आणि कपड्याचे स्टॉल्स तिथे होते. गोवा कला अकादमी आणि गोवा विज्ञान केंद्राला आम्ही भेट दिली. तिथले चर्चही पुरातन आणि भव्य आहेत. पर्यटक तिथल्या समुद्रावर मनमुराद स्नान करताना किनाऱ्यावरून त्यांचे कपडे किंवा सामान सहसा कोणी नेत नाही. तिथले स्थानिक लोक सहसा समुद्रावर स्नानाला येत नाहीत. येतात ते पर्यटकच.

आमच्या जीवनातील गोव्याची अविस्मरणीय सहल माझे मित्र श्री. संजय मिसर, त्यांच्या सुविद्य पत्नी सौ. सुचिता, मुले अनंत आणि मुक्ता यांच्यामुळे अधिकच संस्मरणीय ठरली. गोव्यातून परतताना मी समाधानी होतो. मला वाटले होते त्यापेक्षा कितीतरी वेगळा गोवा मी पाहिला होता. अर्थातच श्री. मिसर यांच्या सूचनेप्रमाणे. गोव्यातील आणखी एक महत्त्वपूर्ण बाब आम्ही पाहिली, ती म्हणजे तिथले सहा मजली, वातानुकूलित आणि दीड लाख पुस्तकांचा संग्रह असलेले तीनशे वर्षांपूर्वीचे वाचनालय!

गोव्याचे खरे वैभव-तेथील कला आणि संस्कृती संचालनालयाची सांस्कृतिक भवनची इमारत.

६५ । माझी भटकंती (इस्राईल, तीर्थरंग आणि अंदमान...)

गोव्याचे सांस्कृतिक वैभव-भव्य आणि संपन्न वाचनालय

गोव्याला जाऊन आलेल्या बहुतेक 'रसिकांनी' सहा मजली वातानुकूलित आणि भव्य असे वाचनालय पाहिलेले नसेलच, अशी माझी खात्री आहे. अर्थात आम्ही ते पाहू शकलो ते श्री. मिसर यांच्यामुळेच! कला आणि संस्कृती संचालनालयातर्फे चालविण्यात येत असलेली कृष्णदास शर्मा गोवा स्टेट सेंट्रल लायब्ररी गोव्याची राजधानी पणजीत आहे. या सहा मजली भव्य वाचनालयाच्या इमारतीचे नाव आहे 'संस्कृती भवन'. गोवा दौऱ्यात आम्ही कुठे कुठे जायचे? काय काय पाहायचे? याचे सर्व नियोजन श्री. संजय मिसर यांच्याकडे होते. त्यामुळे गोव्याकडे पाहण्याची 'संजय' यांची दिव्यदृष्टीच आम्ही गोवा दौऱ्यात अनुभवत होतो, असे मी म्हणेन. त्यांनी मला त्यांच्या एलआयसीच्या पणजी कार्यालयातून दिसणाऱ्या समुद्रकिनाऱ्यावरील वाचनालयाला भेट द्या, तुमचे तास - दोन तास आनंदात जातील, असे सुचविले. यावेळी वाचनालय काय पाहायचे? आपल्या रावेरमध्येही आहेत की वाचनालये? असा भाव मला माझ्या पत्नीच्या चेहऱ्यावर दिसला. पण मी ते वाचनालय पाहणारच, हे ओळखून तिने चेहऱ्यावर उसने हसू आणले. आम्ही दोघं पती-पत्नी मोटरसायकलवर फिरतच वाचनालयात गेलो. अखाद्य भक्षण आणि अपेय पानासाठी प्रसिद्ध असलेल्या गोव्यात इतकं समृद्ध, छान, नीटनेटकं वाचनालय असेल याची मी कल्पनाही केलेली नव्हती. वाचनालयाच्या तळमजल्यावर प्रवेश करताच आमची ओळख विचारण्यात आली. वाचनालयाला भेट द्यायला महाराष्ट्रातील जळगाव जिल्ह्यातील एक शिक्षक आणि पत्रकार आल्याचे पाहून तेथील वॉचमनच्या चेहऱ्यावर आनंद आणि आश्चर्याचे भाव पहायला मिळाले असे हवे.

वाचनालय पाहण्यासाठी तेथील ग्रंथपालांची परवानगी घ्यावी लागते. ग्रंथपालांनी आनंदाने परवानगी दिलीच शिवाय वाचनालयाची संपूर्ण माहिती देण्यासाठी सोबत तेथील एक महिला कर्मचारीही पाठविली. तिने 'तुम्ही आधी तळमजला बघा' तोपर्यंत मी माझे काम आटोपून येते', असे सांगितल्याने आम्ही तळमजल्यावरील वाचन कक्षात शिरलो. त्या विस्तीर्ण दालनात वाचकांसाठी वृत्तपत्रे, मासिके आणि साप्ताहिके होती. बसण्यासाठी अत्यंत आरामदायी खुर्च्या, मध्यभागी गोल टेबल, भिंतीच्या आजूबाजूला पुस्तके ठेवण्यासाठी शेल्फ होते. हा कक्ष वातानुकूलित आहे, हे आम्हाला जाणवत होते. आत कमालीची शांतता होती. तिथे मोजकेच तीन-चार वाचक शांतपणे वृत्तपत्र वाचत होते. तेवढ्यात माझा मोबाईल वाजला. त्यातील एका वाचकाने माझ्याकडे नापसंतीचा तीव्र कटाक्ष टाकला. माझ्या मनात अपराधीपणाची भावना निर्माण झाली. मी माझ्या मोबाईलचा रिंगटोन ऑफ करून माझे मोबाईलवरील बोलणे आटोपते घेतले. तिथे असंख्य मराठी वृत्तपत्रे देखील होती. ती मुंबईतून विमानाने पणजी येथे आणण्यात येतात. याच मजल्यावर वाचक सदस्य जी

माझी भटकंती (इस्राईल, तीर्थरंग आणि अंदमान...) । ६६

पुस्तके- मासिके घरी वाचण्यासाठी नेतील ती नोंदवण्याची सोय संगणकावर केलेली आहे. हा कक्ष पाहून झाल्यावर वरच्या मजल्यावर जाण्यासाठी आम्ही तयार होतो. सोबतच्या ताईंनी आम्हाला त्यांच्या मागे येण्यास सांगितले खरे, पण त्या जिन्याच्या पायऱ्या न चढता शेजारी असलेल्या एका दरवाज्यासमोर उभ्या राहिल्या. त्यानंतर माझ्या लक्षात आले, ती लिफ्ट असावी. मला आश्चर्याचा गोड धक्का बसला होता. लिफ्टने आम्ही सहाव्या मजल्यावर गेलो. हे सर्व सहाही मजले वातानुकुलित असल्याचे त्या ताईंनी सांगितले. मी तेथील पुस्तके आणि सर्व रचना बारकाईने न्याहाळत असताना माझ्या सौभाग्यवती आणि त्या ताईंची छान गट्टी जमली. त्यांच्या गप्पा रंगल्याने मी तिथे वाचनालय पाहण्यासाठी आणि पुस्तके चाळण्यासाठी आधिक वेळ देऊ शकलो. तिथे वाचनालयाच्या पुस्तकांची मांडणी आगळीवेगळी केलेली होती. कपाटातील प्रत्येक पुस्तक वाचकाला दिसेल अशा पद्धतीने ठेवलेले होते. निबंध, नाटके, ऐतिहासिक कादंबऱ्या, कविता, कथासंग्रह, आत्मचरित्र, विज्ञान असे विविध भाग वेगवेगळ्या मजल्यांवर होते. तिथे कमालीची स्वच्छता होती. एकाही शेल्फवर किंवा पुस्तकावर थोडीही धूळ बसलेली दिसली नाही. वाचनालयात प्रत्येक मजल्यावर पिण्याच्या पाण्याची आणि स्वच्छतागृहाचीही व्यवस्था होती.

एक एक मजला पाहत आम्ही पहिल्या मजल्यावर आलो, तेव्हा त्या ताईंनी आम्हाला 'आता इथे काहीही बोलू नका. शांत राखा' असे खुणेनेच सुचविले. त्याचे कारण काय असावे? याचे उत्तर आम्हाला तिथे गेल्यावर मिळाले. तो लहान मुलांसाठीचा (बाल वाङ्मय) वाचन कक्ष होता. अवघ्या २-४ वर्षांच्या चिमुरड्यांपासून ते १५-१७ वर्षांच्या

सांस्कृतिक भवनच्या या ६ मजली वाचनालयाचे एक दृश्य.

विज्ञान भवनात असंख्य आरसे असलेल्या गॅलरीत माझी पत्नी सौ माया

मुलांसाठी तिथे पुस्तकं होती. तिथे येणाऱ्या मुलांचे लक्ष वाचण्यात लागले नाही, तर त्यांना खेळण्यासाठी छान छान खेळणीही तिथे होती. एक तीन-चार वर्षाची चिमुरडी सोफ्यावर दोन गुबगुबीत बाहुल्यांच्या शेजारी बसून पुस्तकातील छान छान चित्रे पाहण्यात गुंग झालेली मला दिसली. तिची आई दुरूनच तिच्याकडे पाहात दुसरे पुस्तक वाचत होती. अवघ्या तीन-चार वर्षाच्या या मुलीवर आईकडून होणारा हा वाचन संस्कार मला अंतर्मुख करून गेला आणि त्याचबरोबर आपल्या भागातील संपन्न वाचनालयांच्या दुर्दशेच्या आठवणी ताज्या करून गेला.

अध्यात्मिक पुस्तकांच्या भागात मला रावेरच्या सौ. के. एस. अग्रवाल गर्ल्स स्कूलच्या शिक्षिका सौ. प्रतिभा कुलकर्णी वहिनींनी लिहिलेले 'स्तोत्र मंत्रांचे विज्ञान' हे पुस्तक दिसले. मी ते पुस्तक हातात घेतले. त्या वाचनालयाला ते पुस्तक कोणीतरी भेट म्हणून दिल्याचा मजकूर पहिल्या पानावर होता. मी आनंदाने व अभिमानाने आमच्या सोबतच्या त्या ताईंना या पुस्तकाच्या लेखिका आमच्या वहिनी असल्याचे सांगितले. त्यांनीही आनंद व्यक्त केला.

पोर्तुगीजांनी तीनशे वर्षांपूर्वी सुरू केलेल्या या समृद्ध वाचनालयात दिड लाखांहून जास्त पुस्तके आहेत. पण सारीच पुस्तकं अत्यंत नीटनेटकी जपून आणि सांभाळून ठेवली आहेत हे विशेष! ही दुर्मिळ, ऐतिहासिक पुस्तकं म्हणजे पुढच्या भावी पिढीसाठी एक अमूल्य असा खजिनाच आहे. ती इतक्या व्यवस्थितपणे सांभाळून ठेवण्याचा गोवावासियांचा प्रगत दृष्टीकोण मला आश्चर्यात टाकणारा आणि अंतर्मुख करणाराही होता. ५० पेक्षा जास्त

वृत्तपत्र, १२५ पेक्षा जास्त मासिके-साप्ताहिके आणि तीन हजारांपेक्षा जास्त सदस्य या वाचनालयात असल्याची माहिती त्या ताईंनी आम्हाला दिली. मराठी, हिंदी, इंग्रजी, पोर्तुगीज भाषांमधील पुस्तकांचा वाचनालयात प्रामुख्याने समावेश आहे. इथला मराठी पुस्तक विभाग आपल्याकडच्या वाचनालयाइतकाच समृद्ध आहे हे विशेष! इथे येऊन वाचकांना पुस्तकं बदलून नेता येतातच, पण वाचक त्यांना हवं ते पुस्तक फोन करून घरीही मागवू शकतात. पुस्तक देवाण-घेवाणीची नोंद संगणकावर होते. त्यामुळे एखादे पुस्तक आता संबंधित कपाटात आहे की एखाद्या वाचकाने घरी नेले आहे, हे इथे एका क्लिकवर समजते. त्यासाठी पुस्तकाचे कपाट शोधण्याची गरज नाही. इथे पुस्तक वाचण्यासाठी वाचकांची प्रतिक्षा यादीही आहे. एखादे पुस्तक वाचायचे आहे, पण तेव्हा ते उपलब्ध नसेल तर उपलब्ध झाल्यावर मागणी करणाऱ्या वाचकाला प्रतिक्षा सूचीनुसार दिले जाते. वाचनालयाच्या सेवेत १५ पेक्षा जास्त कर्मचारी उपस्थित असतात. हे सहा मजले पाहता पाहता तीन तास केव्हा निघून गेले, हे कळलेही नाही.

गोव्यात त्यावेळी सुरू असलेला लोककला महोत्सव.

निसर्ग संपन्न असणारा गोवा शिक्षण आणि वाचन यातही तितकाच संपन्न असल्याचे मला तिथे जाणवले. परत निघताना सौं. च्या चेहऱ्यावर देखील काहीतरी आगळेवेगळे पाहिल्याचे आणि समाधानाचे भाव होते. गोव्याच्या एका समृद्ध वाचनालयाला भेट दिल्याचा मनस्वी आनंद मला झाला. आपल्याकडची वाचनालये अशी समृद्ध आणि नीटनेटकी केव्हा होतील? वाचकांनी केव्हा भरतील, बहरतील, असा विचार मात्र माझ्या मनातून काही जात नव्हता.

***

माजी पंतप्रधान श्रीमती इंदिरा गांधींच्या मंदिराचे छायाचित्र.

'पाडल्या'तील इंदिरा गांधींचे मंदिर

आपला देश मंदिरांचा देश आहे. असंख्य देवतांची लाखो मंदिरे देशात आहेत. असे एकही गाव आपल्या देशात नसेल की जिथे कुठल्या तरी देवाचे मंदीर नसेल. देवांच्या पाठोपाठ आता विविध राजकीय पक्षांच्या नेत्यांना देवासमान मानले जाते. दक्षिण भारतात हे प्रस्थ थोडे जास्तच आहे. पण मध्यप्रदेशातील एका आदिवासी नेत्याने भारताच्या पहिल्या महिला पंतप्रधान इंदिरा गांधींचे भारतातील एकमेव मंदिर खरगोन जिल्ह्यातील पाडल्या येथे उभारले आहे.

जळगाव जिल्ह्यातील रावेर तालुक्यातील पाल या थंड हवेच्या ठिकाणापासून हे ऐतिहासिक मंदिर अवघ्या २० किलोमीटर अंतरावर, तर रावेर किंवा सावदापासून सुमारे ४५ किलोमीटरवर आहे. पालपासून अवघ्या दोन किलोमीटर अंतरावर मध्यप्रदेशची सीमा सुरू होते आणि त्याबरोबरच सुरू होतो तो वळणावळणाचा रस्ता आणि घाट. पाल-खरगोन या रस्त्यावर सुमारे १७-१८ किलोमीटरवर पाडल्या फाटा आहे. तिथून उजव्या हाताला दोन किलोमीटरवर पाडल्या हे सुमारे एक हजार लोकवस्तीचे आदिवासी समाजाचे गाव आहे. गावात शिरतानाच उजव्या हाताला असलेल्या शेतात सुमारे २० फूट उंचीचे मंदिर दिसते. मंदिराभोवती असलेल्या मोकळ्या जागेत ज्वारी पेरली होती. १९ नोव्हेंबरला इंदिरा गांधींची

श्रीमती इंदिरा गांधींच्या मूर्ती सोबत स्थानिक आदिवासी बांधव.

जयंती असते. त्यानिमित्ताने हा परिसर स्वच्छ करण्यात आला होता. मंदिराला रंगरंगोटी करण्यात आली होती. आजूबाजूच्या आदिवासी पाड्यावरील लोक पारंपरिक वेषात आणि ढोल ताशे घेऊन आले होते. इंदिरा गांधींच्या मूर्तीची पूजा-अर्चा करून नाच गाणे झाले होते. नंतर पाच सहाशे लोकांसाठी अन्नदान आयोजित करण्यात आले होते. झिरन्याच्या आमदार झुमाबाई सोळंकी, भगवानपुरा येथील आमदार विजय सोळंकी, कॉंग्रेसचे जिल्हाध्यक्ष केदार डावर, आमदार सचिन यादव उपस्थित होते.

इंदिरा गांधी यांच्या पुण्यतिथीच्या दिवशीही अन्नदान व अन्य कार्यक्रमांचे आयोजन करण्यात येते. आदिवासींनी इंदिरा गांधी यांची आरतीही तयार केली असून मोठ्या श्रद्धेने तालासुरात ती म्हटली जाते.

पूर्वीचे मंदिर

पाडल्या येथील सुकलाल पटेल हे आदिवासी समाजाचे कॉंग्रेसचे निष्ठावंत कार्यकर्ते होते. त्यांचे इंदिरा गांधींच्या परिवाराशी घनिष्ठ संबंध होते. त्यांचे दिल्ली येथे इंदिरा गांधींकडे येणे

जाणे असायचे इंदिराजी त्यांना नावानिशी ओळखत. आणीबाणी नंतर खरगोन येथे इंदिरा गांधींची जाहीर सभा झाली, त्यावेळी सुकलाल पटेल आपल्या हजारो समर्थकांसह गेले होते. मात्र, सुरक्षा रक्षक सुकलाल पटेल यांना व्यासपीठाजवळ जाऊ देत नव्हते. तेव्हा इंदिरा गांधींनी त्यांचे नाव पुकारून त्यांना थेट व्यासपीठावर बोलावून घेतले होते. इंदिरा गांधींना देखील आदिवासी समाजात मिसळण्याची आवड होती. आदिवासींच्या जमिनी त्यांच्याच जवळ राहाव्यात यासाठी तसेच त्यांच्या सर्वांगीण विकासासाठी इंदिरा गांधींनी अनेक निर्णय घेतल्याची आदिवासी बांधवांची भावना होती.

१९८४ मध्ये इंदिरा गांधींच्या हत्येनंतर सुकलाल पटेल यांनी १० दिवस सुतक पाळून १३ व्या दिवशी अन्नदान केले होते. त्यावेळी आजूबाजूच्या सातपुड्यातील आदिवासी भागातील हजारो लोक उपस्थित होते, अशी आठवण गावातील लोक सांगतात. पटेल यांनी इंदिरा गांधी यांचे मंदिर बांधण्याचा निर्णय घेतल्यावर दिल्लीत जाऊन तत्कालीन पंतप्रधान राजीव गांधींची परवानगी घेतली होती. इंदिरा गांधींची मूर्ती जयपूर येथून बनवून घेतली. ही सहा फुटांची संगमरवरी मूर्ती आहे. मंदिरात विधीपूर्वक स्थापन करण्यात आली.

प्राणप्रतिष्ठा कार्यक्रमाला त्यावेळी पंतप्रधान राजीव गांधी उपस्थित राहणार होते; पण त्यापूर्वी त्यांच्यावर श्रीलंकेत प्राणघातक हल्ला झाल्याने त्यांचे सर्व दौरे रद्द करण्यात आले होते. मध्यप्रदेशचे तत्कालीन मुख्यमंत्री अर्जुनसिंग यांच्या उपस्थितीत मंदिरात मूर्तीची प्रतिष्ठापना झाली. त्यानंतर त्यांची जयंती, पुण्यतिथी येथे नियमितपणे साजरी होते.

देशात आणि देशाबाहेर देखील इंदिरा गांधींचे अनेक पुतळे आहेत. असंख्य स्मारकेही आहेत. पण मंदिर मात्र एकच आहे. अडीच फुटांच्या चौथऱ्यावर ही मूर्ती विराजमान आहे. मंदिरात पूजेचे ताट, आरती, घंटा देखील आहे. जयंती, पुण्यतिथीला विधिवत पूजा-अर्चा होते. संस्थापक सुकलाल पटेल तर रोज पूजा करीत होते. त्यांच्या मृत्यूनंतर त्यांचा फोटो मंदिरात लावण्यात आला आहे. पटेल यांच्यानंतरच्या पिढीलाही आजोबांच्या कार्याचा अभिमान आहे. ते मंदिराची देखभाल, रंगरंगोटी आनंदाने करतात. पाल येथून खरगोन, महेश्वर, धार येथे जाण्याचा योग आला तर २ किलोमीटर जाऊन हे मंदिर नक्की बघा.

✳✳✳

आशियातील सर्वात सुंदर समजल्या जाणाऱ्या राधानगर समुद्रकिनारी आम्ही दोघे

स्वच्छ, निळ्याशार समुद्राची निसर्गरम्य भारतीय बेटं!

अंदमान, पोर्ट ब्लेअर, सेल्युलर जेल, स्वातंत्र्यवीर सावरकरांची काळ्यापाण्याची शिक्षा या साऱ्या गोष्टी लहानपणी इतिहासाच्या पुस्तकात वाचल्या होत्या. तेव्हापासून हिंदी महासागरात दूरवर दिसणाऱ्या अंदमान-निकोबार बेटांबद्दल मनात कुतूहल आणि उत्सुकता होती. स्वातंत्र्यवीर सावरकरांच्या 'माझी जन्मठेप' या पुस्तकातील काही गोष्टी वाचूनही केव्हातरी अंदमानाला भेट देण्याची इच्छा मनात जागृत झाली होती. भारताच्या समुद्रकिनाऱ्यापासून सुमारे दीड हजार किलोमीटर अंतरावर दूर समुद्रात असलेल्या या बेटांवरील जनजीवन कसे असेल?

स्वातंत्र्यवीर सावरकरांसह काळ्या पाण्याची शिक्षा भोगलेल्या असंख्य देशभक्तांना आणि क्रांतिकारकांना कुठल्या तुरुंगात ठेवले असेल? तो कसा असेल? याबाबतही जाणून घेण्याची उत्सुकता होती. कोरोनाचा प्रभाव काहीसा कमी झाला आहे, असे वाटल्यावर कुठेतरी फिरायला जायचे म्हणून प्राधान्याने अंदमानची निवड केली. आमच्या आधी आमचे मित्र आणि ज्येष्ठ मार्गदर्शक डॉ. एस. डी. चौधरी (निंभोरा) यांच्याकडूनही तेथील प्रवास वर्णन ऐकले होते. आणखी काही अडचणी येण्यापूर्वीच तिथे जाऊन येण्याचे नियोजन करून टाकले.

अंदमान-निकोबार ही बेटे भारताच्या आग्नेय दिशेला बंगालचा उपसागर आणि हिंदी महासागराच्या दरम्यान आहेत. या बेटांचे एकूण क्षेत्रफळ ८ हजार २४९ चौरस किलोमीटर असून हा केंद्रशासित प्रदेश आहे. येथे २ जिल्हे असून या क्षेत्राची एकूण लोकसंख्या ३ लाख ७९ हजार ९४४ इतकी आहे. येथे बंगाली आणि निकोबारी या दोन प्रमुख भाषांबरोबरच हिंदी आणि तामिळ या दोन भाषा ही प्राधान्याने बोलल्या जातात. येथील साक्षरता ८६.२७ टक्के असून येथे तांदूळ, चिकू, अननस, नारळ-सुपारी अशी पिके घेतली जातात. दगडी कोळसा, तांबे आणि गंधक ही खनिजे या ठिकाणी सापडतात. निकोबार समूहावरील इंदिरा पॉईंट हे येथील भारतीय सरहद्दीचे सर्वात शेवटचे टोक आहे. हनुमान या नावावरून या द्वीप समूहाचे नाव अंदमान पडले असावे, असे म्हटले जाते. येथील प्रजातीचे नाव ग्रेट अंदमानी असे आहे. या द्वीप समूहाच्या विविध बेटांवर आजही प्रगतीचा किंचितही स्पर्श न झालेले, आधुनिक जीवन माहिती नसलेले आदिवासी लोक राहतात. निकोबार या द्वीप समूहातील एका बेटावर तर आजही अंगावर कपडे परिधान न करणारे आदिवासी लोक राहतात, अशीही माहिती जाण्यापूर्वी मिळाली होती. बाराव्या आणि तेराव्या शतकात जगप्रसिद्ध प्रवासी मार्को पोलो याने सर्वप्रथम या बेटांचा उल्लेख केला आहे. सुमारे ११० वर्षांपूर्वी म्हणजे १९१० मध्ये स्वातंत्र्यवीर सावरकरांना अंदमानात काळ्यापाण्याच्या शिक्षेसाठी नेण्यात आले होते. त्यानंतर सुमारे दहा वर्षांनी म्हणजे १९२१ मध्ये त्यांना रत्नागिरी येथे हलवण्यात आले होते. दुसऱ्या महायुद्धाच्या काळात नेताजी सुभाषचंद्र बोस यांनीही पोर्ट ब्लेअर येथे भेट दिली होती आणि जपानच्या ताब्यातील हॅवलॉक आणि नील ही दोन बेटे जिंकून त्यांना अनुक्रमे स्वराजदीप आणि शहीद अशी नावे दिली होती. स्वातंत्र्यानंतर येथील रोज या बेटाला नेताजी सुभाषचंद्र बोस यांचे नाव देण्यात आले.

येथील मूळ आदिवासींचा वराहपालन, शिकार, मासेमारी, नारळ-सुपारी यांच्या बागा आणि जंगल संपत्ती गोळा करणे, हे परंपरागत व्यवसाय आजही सुरू आहेत. अठराव्या शतकात म्हणजे सन १७७० च्या आसपास इंग्रजांनी भारतातून काही कैद्यांना अंदमानात नेले होते. त्यांच्याशी येथील आदिवासींशी विवाह करून जी एक नवीन प्रजाती निर्माण झाली तिला आज तिथे 'लोकल' म्हटले जाते. हिंदू, मुस्लिम, ईसाई अशा कुठल्याही एका धर्माचे नाव न देता एक नवा समाज तिथे निर्माण झाला आहे. ही अंदमानबाबतची माहिती देखील मला खूप रंजक वाटली. अंदमानात आता मूळ रहिवाश्यांची संख्या कमी असून भारतातील हिंदी महासागराच्या किनारी भूभागातून,तामिळनाडू आणि बंगालमधून शेती, पर्यटन व्यवसाय, रोजगार यासाठी तिथे गेलेल्या भारतीयांची संख्या आता झपाट्याने वाढू लागली आहे.

२४ ते २९ नोव्हेंबर २०२१ या दरम्यान आम्ही या बेटांवर फिरणार होतो. पत्रकार मित्र प्रकाश पाटील, महसूल विभागाचे मंडल अधिकारी आणि आमच्या रंगपंचमी

अंदमानात सेल्युलर जेलमध्ये शहीद ज्योतिसमोर मी

व्याख्यानमालेचे ज्येष्ठ सहकारी विठोबा पाटील, सरदार जी हायस्कूलचे उपमुख्याध्यापक टी. बी. महाजन यांच्याशी चर्चा झाली. फक्त मित्रांनी नव्हे पत्नीसह जाण्याचे सर्वांनी एकमताने ठरविले. मुंबईच्या प्राची टूरचे व्यवस्थापक सौरव वराडकर यांच्याशी अंतिम चर्चा करून विमानाची तिकिटे काढली. दरम्यान, कोरोनाने पुन्हा एकदा डोके वर काढण्यास सुरवात केल्याच्या बातम्या येत होत्या. त्यामुळे धाकधूक वाटत होती. यापूर्वी हरिद्वारच्या कुंभमेळ्यात जाण्याचे आमचे नियोजन निश्चित झाल्यावर रेल्वेची तिकिटे काढली होती. परंतु, कोरोनाचा प्रभाव वाढल्याने ती ऐन वेळेस रद्द करावी लागली होती.

यावेळी हिंमत करून आम्ही जाण्याचा निर्णय घेतला. निघायच्या एक दिवस आधी व्यवस्थापक सौरभचा फोन आला, की आधीच्या नियोजनाप्रमाणे आमच्या सर्वांचा विमान प्रवास एकाच विमानात नसून दोन वेगवेगळ्या विमानातून होणार आहे. मी, पत्नी सौ. माया वैद्य, प्रकाश पाटील, सौ. पुष्पलता पाटील, टी. बी. महाजन सर आणि सौ. मीना महाजन सपत्नीक बंगळुरू येथे उतरून पोर्टब्लेअर येथे जाणार होतो. तर विठोबा पाटील हे सौ. सुजाता वहिनींसह मुंबईहून चेन्नई येथे जाणार होते. तेथून ते पोर्ट ब्लेअरला येणार होते. अर्थात श्री. विठोबा यांच्याबरोबर आमचे सहल व्यवस्थापक सौरभ आणि मुंबईचे १२ अत्यंत उत्साही आणि प्रेमळ असे पर्यटकही होते. मुंबईला पोचल्यावर आम्ही कै. लोकसेवक मधुकरराव चौधरी यांनी स्थापन केलेल्या चेतना शिक्षण संस्थेला भेट दिली.

मुंबईसारख्या अत्यंत गजबजलेल्या ठिकाणी कै. चौधरी यांनी दूरदृष्टीने उभारलेल्या त्या भव्य शिक्षण संस्थेची माहिती आम्हाला श्री. शेखर बडगे यांनी अतिशय आत्मियतेने दिली. सुमारे पाच हजार विद्यार्थी तिथे विविध विषयांचे उच्च आणि दर्जेदार शिक्षण घेत आहेत.

७५ । माझी भटकंती (इस्त्राईल, तीर्थरंग आणि अंदमान...)

स्वातंत्र्यवीरांच्या कोठडी बाहेर 'पादत्राणे इथे काढा' असा बोर्ड लावल्यानंतर आम्ही सर्व रावेरकर

आमदार शिरीषदादा चौधरी यांनी आमची त्याठिकाणी विश्रांतीची आणि रिफ्रेश होण्याची व्यवस्था केली होती. तिथून रात्री उशिरा विमानतळाकडे आंम्ही निघालो. विमानतळावर मुंबईतील सारे पर्यटक सहप्रवासी उपस्थित होते. त्यातील बहुतेक सर्व जण आमच्यापेक्षा वयाने कितीतरी मोठे होते आणि ते अत्यंत उत्साहीही होते. त्यात पूनम तगरसी (बोरिवली), राहूल वैद्य, महिमा वैद्य (पनवेल),मीनल कर्णिक (बोरिवली), रेखा गोगटे (अंधेरी), शरयू दाते (बोरिवली), डॉ. विजय अभ्यंकर आणि निशा अभ्यंकर (तळेगाव स्टेशन), सुचेता हेन्री (मुंबई), माधुरी दंडवते (प्रभादेवी) शरयू दाते,मंगला वाटवे, स्वाती दाते यांचा समावेश होता. या सर्व ज्येष्ठांचे वय ७० ते ७५ वर्षे असावे. पण ही सर्व मंडळी मनाने तरुण तुकतुकीत होती. आम्ही अंदमान दौऱ्यात जिथे जिथे फिरलो, तिथे तिथे ते आमच्याही पुढे असत. रोज सकाळी बाहेर पडतांना ते आमच्या आधी हॉटेलच्या लॉबीत गोळा होत, याचा उल्लेख केलाच पाहिजे. आमचा व्यवस्थापक सौरव वराडकरची पत्नी प्राची या प्रवासाची मुंबईत राहूनही व्यवस्था पाहणार होत्या. त्यादेखील विमानतळावर आल्या होत्या. आमचे जेवणाचे डबे, आवश्यक ते साहित्य त्यांनीच आम्हाला दिले. विमानतळावर आवश्यक त्या प्रक्रिया आणि तपासण्या झाल्यावर आम्ही बंगळुरूला जाणाऱ्या विमानाची वाट पाहू लागलो.

मुंबई - बंगळुरू विमान प्रवासात रात्री विविध शहरांचे दिवे, तेथील रस्ते, लहान-मोठ्या झगमगत्या वस्त्या अस्पष्ट दिसत होत्या. मध्यरात्र झाली होती. परंतु, विमानातील गारवा आणि पुढील प्रवासाचा विचार यामुळे झोप उडाली होती. बंगळुरू येथील विमानतळ

आंतरराष्ट्रीय आहे. अतिशय भव्य, स्वच्छ, सुंदर आणि सजावट केलेले हे विमानतळ बघून आमच्या डोळ्याचे पारणे फिटले. पहाटे साडेपाच वाजेपर्यंत तेथे पुन्हा एकदा आवश्यक त्या कागदपत्रांची आणि सामानाची तपासणी करून आम्ही पोर्ट ब्लेअर मध्ये जाणाऱ्या विमानात बसलो. बसताना एक गोष्ट जाणवली. विमानातील प्रवाशांमध्ये बहुसंख्य नव विवाहीत जोडपी होती. त्यामुळे आपण किमान २० वर्षे उशिरा अंदमानाला जात आहोत, असे वाटून गेले. पण क्षणभरच! आमच्या सोबतच्या ज्येष्ठांची आठवण झाली आणि आपण त्यांच्यापेक्षा लवकर जात आहोत, याचे समाधान मानले.

विमान उडाले आकाशी, मराठी म्हणी तोंडाशी!

विमान सुरू झाले आणि मला डुलकी लागली. अर्धा पाऊण तासाने जाग आली आणि खिडकीतून बाहेर पाहतो, तर... विमान अजूनही धावपट्टीवरच! खराब हवामानामुळे आणि धावपट्टीवरील धुक्यामुळे उड्डाण घेणे तासभर शक्य झाले नव्हते. म्हणून वातावरण स्वच्छ होण्याची वाट पाहात वैमानिक 'रन वे' वरच विमानाच्या फेऱ्या घालत होता. सकाळी साडेसातच्या सुमाराला वातावरण स्वच्छ झाले आणि आम्ही अंदमानाच्या सुमारे १८०० किलोमीटरच्या प्रवासासाठी आमचे विमान हवेत झेपावले.

आता मात्र बाहेर कडक ऊन पडलेले विमानाच्या बाहेरच्या पंखावरून दिसत होते. सुमारे ३० हजार फूट उंचीवरून आणि ७०० किलोमीटर प्रति तास या वेगाने आमचा प्रवास सुरु होता. विमानाला काहीसा उशिर झाल्याने वैमानिकाने अधिक वेगाने विमान चालवून आम्हाला वेळेत अंदमानात नेण्याचा प्रयत्न केला. दरम्यान, मध्येच पुन्हा एकदा हवामान खराब झाल्याची माहिती वैमानिकाने दिली आणि आमच्या पोटात भीतीचा गोळा उठला. विमान हेलकावे घेऊ लागले. आम्हाला सर्वांना पुन्हा एकदा सीटबेल्ट बांधून घेण्याच्या सूचना वैमानिकाने दिल्या. आता काळ्याकुट्ट ढगातून विमानाचा प्रवास सुरू होता. 'जीव मुठीत घेणे', 'पोटात भीतीचा गोळा येणे' या आपल्या मराठी म्हणींचा प्रत्यक्ष अनुभव आम्ही घेत होतो. सुदैवाने पंधरा वीस मिनिटातच वातावरण पुन्हा निवळले आणि 'आमचा जीव भांड्यात पडला', ही म्हणही आम्हाला अनुभवयाला मिळाली.

सकाळी पावणे दहाच्या सुमाराला आमचे विमान पोर्ट ब्लेअरच्या 'स्वातंत्र्यवीर सावरकर आंतरराष्ट्रीय विमानतळावर' उतरले. निसर्गरम्य हिरव्यागार वनराईने नटलेला भूभाग, हिरव्या डोंगर रांगा, आजूबाजूला निळाशार समुद्र आणि एका बाजूला काळे ढग, असे अतिशय सुंदर निसर्गरम्य वातावरण आमचे स्वागत करत होते. गोव्याप्रमाणेच हे विमानतळ देखील सैन्याच्या ताब्यात असल्याने येथे फोटोग्राफी करण्यास परवानगी नव्हती. विमानतळावर आमच्या आधीच विठोबा पाटील चेन्नई येथून दाखल झाले होते. त्यांच्या सूचनेनुसार आम्ही पटापट तपासणीसाठी रांगा लावल्या. सुजाता वहिनी यांना आरोग्य विभागाच्या नियमानुसार

७७ । **माझी भटकंती** (इस्राईल, तीर्थरंग आणि अंदमान...)

नेताजी सुभाषचंद्र बोस बेटावर निसर्गरम्य सान्निध्यात

दुसरे कोरोना व्हॅक्सीन घेऊन १५ दिवस पूर्ण झाले नव्हते. १४ च दिवस झाले होते, तर प्रकाश पाटील आणि त्यांच्या सौभाग्यवती पुष्पलता पाटील यांनीही व्हॅक्सिनचा दुसरा डोस घेऊन फक्त बारा दिवस झाले असल्याने त्यांना विमानतळाबाहेर जाऊ देण्यास तेथील अधिकाऱ्यांनी नकार दिला. आमची काळजी वाढली. पण आमचा व्यवस्थापक सौरभ निश्चिंत होता. त्याने आमच्या सर्वांची हॉटेलला जाण्याची व्यवस्था केली आणि या तिघांची कोरोना अँटीजेन टेस्ट करण्यासाठी तेथील शासकीय रुग्णालयात पाठविण्याची व्यवस्था केली. ही तपासणी आटोपून प्रकाश पाटील सर आणि दोन्ही वहिनी हॉटेलला सुमारे अर्ध्या तासाने पोहोचले. पुन्हा आमचा जीव भांड्यात पडला!

हॉटेलमध्ये आंघोळ, नाश्ता आटोपून आम्ही दुपारी २ वाजताच भ्रमंतीसाठी बाहेर पडलो. 'क्षेत्रीय मानव विज्ञान संग्रहालय' आणि 'सागरी जीव संग्रहालय' या पोर्ट ब्लेअर मधील दोन संग्रहालयांना भेटी दिल्या. अंदमान- निकोबार बेटांवरील आदिवासी संस्कृती आणि तेथील जनजीवन आम्हाला या संग्रहालयातून पाहायला मिळाले. आजही कपड्यांचा वापर अगदी लज्जारक्षणापुरता करणाऱ्या या आदिवासींचे जीवन विकासापासून कोसो दूर असल्याचे आम्हाला जाणवले. त्यांची शस्त्रे, राहणीमान, घरे, झोपड्या, समुद्रात मासेमारी करण्यासाठी जाणाऱ्या नावांचे प्रकार यांची उत्कृष्ट छायाचित्रे आणि प्रतिकृती आम्हाला या संग्रहालयात पाहायला मिळाल्या. तर सागरी जीव संग्रहालयात विविध प्रकारचे मासे, समुद्री प्राणी, वनस्पती यांचे प्रदर्शन पहायला मिळाले.

अंदमान- निकोबार बेटे भारताच्या समुद्रकिनाऱ्यापासून सुमारे दीड हजार किलोमीटर

दक्षिण- पूर्वेकडे आहेत. त्यामुळे येथे सायंकाळी साडेचार वाजेपासूनच अंधार पडायला सुरुवात होते. सायंकाळी पाच वाजेपर्यंत रस्त्यावरील दिवे देखील लागलेले असतात. सकाळ देखील भारतापेक्षा लवकर म्हणजे पहाटे साडेचारच्या सुमारास झालेली असते आणि पाच-सव्वा पाचच्या सुमाराला सूर्योदयही झालेला असतो.

क्रांतिकारकांना ऐटबाज सलाम!

पहिल्याच दिवशी म्हणजे २४ नोव्हेंबरला सायंकाळचे ४ वाजत आले होते. परंतु, उर्वरित वेळ हॉटेलमध्ये घालवण्याऐवजी आम्ही सेल्युलर जेल बाहेरचा परिसर पाहिला. या भव्य जेलच्या बाहेर एक बगीचा उभारण्यात आला असून तिथे अंदमानच्या तुरुंगात शिक्षा भोगून सर्वाधिक त्याग केलेल्या सात क्रांतिकारकांचे पूर्णाकृती पुतळे उभारण्यात आले आहेत. त्यात अर्थातच स्वातंत्र्यवीर सावरकर यांचा पुतळा आहे. त्या व्यतिरिक्त पश्चिम बंगाल मधील इंद्र भूषण रॉय, मोहन किशोर नामदास आणि मोहित मोईत्रा तर पंजाबमधील बाबा भान सिंह आणि पंडित राम रख्खा आणि उत्तर प्रदेशातील महावीर सिंह या क्रांतिकारकांचे पूर्णाकृती पुतळे आहेत.

या तुरुंगाच्या आतील भागात दुपारी आणि सायंकाळी 'लाईट अँड म्युझिक शो' चे आयोजन दररोज केले जाते. यासाठी प्रत्येकी १०० रुपये शुल्क आहे. या सेल्युलर जेलचा संपूर्ण इतिहास येथे आलेल्या पर्यटकांना सविस्तर सांगण्याचा त्यामागील उद्देश आहे. या सेल्युलर जेल परिसरात असलेला भला मोठा पिंपळ वृक्ष या जेलच्या उभारणीपासून आजपर्यंतचा साक्षीदार आहे. हा पिंपळवृक्ष आपल्याला तेथील सारी कथा सांगतो आहे, अशी कल्पना करून ज्येष्ठ अभिनेते ओम पुरी यांच्या भारदस्त आवाजात आणि विविध प्रकारच्या संगीताचा आणि विद्युत रोषणाईचा कल्पकतेने वापर करीत स्वातंत्र्यपूर्व काळातील तेथील विविध प्रसंग आणि घटना शब्दरूपाने आपल्यासमोर जिवंत करण्याचा अत्यंत प्रभावी प्रयत्न यातून केला आहे. सुमारे एक तासाच्या या अत्यंत प्रेरक आणि देशभक्तीने भारलेल्या कार्यक्रमात प्रेक्षक खिळून राहतात. हा कार्यक्रम सुरु होण्याच्या आधीपासूनच पावसाला सुरुवात झाली होती. अंदमानच्या एकूणच वातावरणाची पूर्ण कल्पना असल्याने आम्ही सोबत छत्र्या नेल्या होत्या. पण दुपारी हॉटेलमधून बाहेर पडताना कडक ऊन असल्याने त्या छत्र्या हॉटेलमध्येच राहिल्या. सायंकाळच्या शो ची तिकीटे सौरभने आधीच बुक केल्याने आम्ही काहीसे भिजतच या कार्यक्रमाचा आनंद घेतला. सावरकरांसह अन्य देशभक्तांनी इथे इतक्या यातना भोगल्या असताना आपण त्यांच्या कार्यक्रमासाठी पावसात भिजणे अवघड आहे काय? या विचारांनी सर्वांनाच प्रेरणा मिळाली आणि आम्ही पावसात भिजतच देशभक्तांचा रोमांचित प्रवास अनुभवला.

विविध कैद्यांच्या कोठडींवर काही वेळा बाहेरून टाकलेला प्रकाशझोत तर काही

७९ । **माझी भटकंती** (इस्राईल, तीर्थरंग आणि अंदमान...)

वेळेस कोठडीतून बाहेर येणारा प्रकाश, निवेदकाची आवेशपूर्ण भाषा यामुळे स्वातंत्र्यपूर्व काळातील प्रसंग हे जसेच्या तसे डोळ्यासमोर उभे राहत होते. 'जन गण मन....' या आपल्या राष्ट्रगीतापासून कार्यक्रम सुरु होताच उपस्थित पर्यटकही देशभक्तीच्या घोषणा देत त्या वातावरणात समरसून जात होते. इंग्रज अधिकाऱ्यांच्या अत्याचाराच्या कथा, या जेलची निर्मिती, त्यामागचा इंग्रजांचा उद्देश, स्वातंत्र्यवीर सावरकरांना या तुरुंगात डांबणे, त्यांना भोगाव्या लागलेल्या हाल-अपेष्टा, १९३३ च्या काळात अन्नत्याग आंदोलन करणाऱ्या क्रांतिकारकांवर अन्न सेवन करण्याची इंग्रजांनी केलेली सक्ती आणि त्यातून त्यातील तिघांचा ओढवलेला मृत्यू, १९३८ नंतर इंग्रजांचे या बेटांकडे झालेले दुर्लक्ष, नंतरच्या काळात जपानने या बेटांवर मिळवलेला ताबा, त्यांनीही येथील रहिवाशांवर केलेले अत्याचार, नेताजी सुभाषचंद्र बोस यांनी या बेटांना दिलेली भेट... असे विविध प्रसंग आणि मध्ये मध्ये राष्ट्रभक्तीपर गीतांच्या ओळी, प्रभावी प्रकाश योजना यामुळे पर्यटक देशभक्तीने भारावून जातात आणि क्रांतिकारकांना मनातूनही अभिमानाने ऐटबाज सलाम ठोकतात! अगदी अभिमानाने!

या कार्यक्रमाचा प्रभावच एवढा असतो, की तो संपल्यावरही पर्यटकांची पावले याच भागात रेंगाळत राहतात. आम्ही गाडीत बसून हॉटेलकडे निघाल्यावरही आमचे मन याच परिसरात रेंगाळत होते. सर्वच पर्यटकांची स्थिती अशीच झालेली असते. देशभक्ती मनामनात भिनलेली असते. देशासाठी बलिदान देणाऱ्या क्रांतिकारकांच्या या आठवणींनी तन आणि मन रोमांचित झालेले असतं!

क्रूझ 'सी लिंक' मधून प्रवास करताना

२५ नोव्हेंबरला आम्ही सकाळी लवकरच उठलो आणि अल्पोपहार करून पोर्ट ब्लेअर शहरातील हैंडो क्रूझ टर्मिनलला पोचलो. याठिकाणी पुन्हा आमच्या आधारकार्डची आणि आम्ही दोन्ही व्हॅक्सीन घेतल्याचे प्रमाणपत्र आणि सामानाची तपासणी करण्यात आली. तोपर्यंत प्रकाश पाटील, सौ. पुष्पलता पाटील आणि सौ. सुजाता पाटील यांच्या अँटीजेन कोरोना टेस्टसचे अपेक्षित निगेटिव्ह रिपोर्ट्स मोबाईलवर आलेले होते. त्यामुळे काही अडचण आली नाही. 'सी लिंक' या क्रूझने हॅवलॉक (स्वराज दीप) या ७२ किलोमीटर अंतरावरील बेटाकडे आमचा प्रवास सुरु होणार होता. या क्रूझच्या तळमजल्यावरील वातानुकूलित कक्षात आमची बसण्याची व्यवस्था केली होती.

खिडक्यांच्या बंद काचेतून डाव्या हाताला दूरवर दिसणाऱ्या डोंगर रांगा आणि समुद्र दिसत होता, तर उजव्या हाताला अथांग सागर दिसत होता. समुद्रावरील लाटांमुळे क्रुझला मोठ्या प्रमाणात हेलकावे बसत होते. त्यामुळे अनेक पर्यटकांना उलट्यांचा त्रास सुरू झाला. त्यात माझा आणि पत्नी सौ. मायाचाही समावेश होता. क्रूझच्या कर्मचाऱ्यांनी तातडीने

माझी भटकंती (इस्त्राईल, तीर्थरंग आणि अंदमान...) । ८०

सर्वांना कागदी पिशव्या पुरवल्या. सुमारे दोन- सव्वा दोन तासांच्या प्रवासात आम्हाला गीता आणि विनिता या फोगट भगिनींच्या कुस्तीतील कारकीर्दीवर आधारित 'दंगल' हा चित्रपट बघायला मिळाला. दुपारी आम्ही 'अल डोराडो' या समुद्रकिनाऱ्यासून अवघ्या ५० पावलांवर असलेल्या हॉटेलमध्ये पोहोचलो. बंदरावरून हॉटेलच्या रूमपर्यंत जाताना अतिशय दाट अशी नारळाची, सुपारीची आणि केळीची बाग जिकडे तिकडे दिसत होती. 'शाकाहार' या अतिशय निसर्गरम्य हॉटेलमध्ये आमचे दुपारचे जेवण झाल्यावर आम्ही राधानगर या बीचकडे गाडीतून रवाना झालो. अंदमान निकोबार बेटावरील हे राधानगर बीच सर्वाधिक लोकप्रिय मानले जाते. कारण या ठिकाणचा समुद्र अतिशय उथळ आहे. या ठिकाणी पाण्याची क्षारता खूपच जास्त असल्याने आणि समुद्रही जास्त खोल नसल्याने पोहोताना येथे पर्यटक बुडाल्याची घटना आतापर्यंत घडलेली नाही. म्हणून सर्वच पर्यटक स्त्री-पुरुष आणि आमच्या समूहात आलेले आणि सत्तरी पार केलेले काका, मावशी हे सर्वच समुद्रात मनसोक्त डुंबण्याचा आनंद घेत होते. खांद्याएवढ्या पाण्यात जाऊनही समोरून येणाऱ्या तीन-चार फूट उंचीच्या लाटेला पाण्यातच उंच उडी मारून सामोरे जाण्याचे तंत्र आम्ही पहिल्या दहा वीस मिनिटात शिकून घेतले आणि नंतरचे तीन तास पाण्यात अक्षरशः धमाल केली.

आम्ही पाण्यात असतांनाच पाऊसही सुरू झाला. वरूनही पाणी आणि खालीही पाणी, असा अभूतपूर्व प्रसंग आम्ही आयुष्यात विसरणार नाही. त्यानंतर आंघोळ करून बाहेर आल्यावर हवे तेवढे नारळपाणी पिण्याचा आनंद आम्ही लुटला. पोर्ट ब्लेअरपेक्षा या बेटावरचे वेगळेपण हे होते की, येथे एयरटेल, बीएसएनएल आणि आयडिया याच कंपन्यांचे मोबाईल नेटवर्क कनेक्शन होते. आम्हा पती पत्नीचे मोबाईल नेटवर्क जिओचे असल्याने आगामी दोन दिवस आमच्या मोबाईलवरून जगाशी संपर्क येणार नव्हता. नाही म्हणायला विठोबा पाटील यांच्या फोनवरून दिवसातून एकदा आम्ही मुलांशी आणि कुटुंबाशी बोलून घेत होतो. त्या दिवशी रात्री उशिरा जेवण झाल्यावर समोरच्याच पन्नास पावलांवरील समुद्रकिनाऱ्यावर आम्ही सारे जण गोळा झालो. या आमच्या समूहात आलेल्या सर्व २१ जणांनी आपला परिचय एकमेकांना करून दिला. वयाची पासष्टी आणि सत्तरी ओलांडलेले अनेक स्त्री-पुरुष या समूहात होते. त्यांचे छंद, वाचन, परदेशवारी, कार्य, नोकऱ्या आणि त्यांच्या मुला-मुलींचे उच्च शिक्षण हे ऐकून आम्हालाही आश्चर्य वाटले. यातील असंख्य सहप्रवासी यापूर्वी युरोप, श्रीलंका दौऱ्यावर पर्यटनासाठी जाऊन आले होते.

दुसऱ्या दिवशी सकाळी आम्ही समुद्रकिनारी जाऊन पुन्हा फोटोग्राफी केली. दुपारच्या जेवणानंतर आम्ही 'काला पत्थर' या बीचकडे निघालो. तिथे पोहोचल्यावर पुन्हा एकदा नारळ पाण्याचा आणि त्यातील मलईचा मनमुराद आस्वाद घेतला. येथील समुद्राचे दृश्य डोळ्यांचे पारणे फेडणारे होते. दूरवर पसरलेला निळा-हिरवा समुद्र, एका बाजूला हिरव्यागार

८१ । **माझी भटकंती** (इस्राईल, तीर्थरंग आणि अंदमान...)

स्वराजदीप बेटावर सर्व प्रवासी जोडपी

झाडांचे डोंगर, फेसाळत काठावर येणाऱ्या समुद्राच्या लाटांचा आवाज... मन अगदी प्रसन्न करून टाकत होता. येथेही सर्वांनी मनमुराद भटकंती करून छायाचित्रे काढली आणि नील म्हणजे 'शहीद' या बेटाकडे आमचा प्रवास क्रूझने सुरू झाला. दरम्यान, राधानगरी बीचवर समुद्र स्नान करताना आणि त्यात उड्या मारताना आमचे सहकारी विठोबा पाटील यांच्या पाठीत उसण भरली. त्यांच्या पाठीचा स्नायू दुखावला गेला. आमच्या जवळील एक पेन किलर गोळी आम्ही त्यांना दिली, पण त्यांना फारसा आराम वाटला नाही. दरम्यान, नील बेटाकडे निघताना आम्हाला रस्त्याने सरकारी दवाखाना दिसला. मी विठोबांना घेऊन दवाखान्यात गेलो. तेथील नर्सनेही ताबडतोब त्यांना दोन गोळ्या देऊन पाठीवर चोळण्यासाठी मलमही दिले. यानंतर विठोबांना काहीसा आराम वाटला. मात्र वेदनेची कळ त्यांना मधून मधून जाणवतच होती.

'दर्या में खसखस' आणि 'काला पत्थर'

सुमारे तासाभराच्या बत्तीस किलोमीटरच्या प्रवासानंतर आम्ही पुन्हा एका नव्या बेटावर म्हणजे नील बेटावर (शहीद) पोचलो. आता या बेटावर आमची कसलीही तपासणी झाली नाही. येथेही अतिशय पारदर्शक असे समुद्राचे तळ आम्हाला दिसत होते. निळेशार पाणी, डोंगररांगा, नारळ आणि सुपारीच्या बागा डोळ्यांचे पारणे फेडत होत्या. आम्ही रूममध्ये दुपारी चार सव्वाचारच्या सुमारास पोहोचलो आणि ताबडतोब तेथील सूर्यास्त पाहण्यासाठी बाहेर पडलो. सुमारे २० मिनिटात वाळू तुडवत तुडवत २ किलोमीटर अंतर चालणे काहीसे

अवघड होते. सूर्यास्त बघायला जाणाऱ्या पर्यटकांची संख्या मोठी होती. मला इथे कन्याकुमारीचा सूर्यास्त पाहायला जाणाऱ्या एका लेखकाने केलेले वर्णन आठवले-

'उगवणाऱ्यापेक्षा बुडणाऱ्याला बघायला जाणाऱ्यांची संख्या नेहमीच मोठी असते'. हिंदी महासागराच्या पश्चिमेला तो सूर्य ढगाआड जाताना दिसत होता. बुडताना तो लालबुंद झाला होता. एकादा कर्मवीर योद्धा दिवसभर लढून विश्रांती घेण्यासाठी आपल्या तंबूत परत जातो; पण दुसऱ्या दिवशी पुन्हा त्याच ताकदीने आपले कर्तव्य पूर्ण करण्यासाठी त्याला उभे राहायचे असते. तसा तो सूर्य मला वाटत होता. सूर्यास्ताच्या क्षणी सुदैवाने सर्व ढग पांगले. शेकडो पर्यटकांनी सूर्यास्ताचा हा क्षण आपल्या मोबाईलच्या कॅमेऱ्यात कैद केला.

सूर्यास्तानंतर देखील सुमारे अर्धा-पाऊण तास किनाऱ्यावर संधीप्रकाश पसरलेला होता. या ठिकाणची फोटोग्राफी खूपच छान झाली. तिथली वाळू खूपच छान, पांढरी शुभ्र, आपल्याकडच्या रांगोळी सारखी होती. तिथे बसून चर्चा करतांना उद्या लवकर उठून सूर्योदयदेखील बघायचा असा निश्चय आम्ही केला.

सायंकाळी आमच्यातीलच एक सहप्रवासी माधुरी दंडवते (मुंबई) यांनी स्वातंत्र्यवीर सावरकर यांच्या जीवनावरील आढावा थोडक्यात सांगितला. अतिशय अभ्यासपूर्ण आणि बारकाईने केलेले विवेचन सर्वांनाच भावले. त्यानंतर आमच्यातील आणखी एक सहप्रवासी सौ. मोहिनी वैद्य यांचा वाढदिवसदेखील सर्वांनी मिळून साजरा केला.

रात्री जेवण करून पुन्हा एकदा मी समुद्र किनारी येऊन बसलो. चांदणी रात्र आणि आकाश निरभ्र असल्याने चांदण्यांकडे पाहात किनाऱ्यावरील एका लाकडी बाकावर शांतपणे पडून मी तेथील नीरव शांतता अनुभवत होतो. आकाशातील सप्तर्षी आणि अन्य काही तारे ओळखू येत होते. ते काहीसे स्पष्ट दिसत होते आणि जवळ वाटत होते. समुद्रावरून येणारा रात्रीचा थंडगार वारा सर्वांगाला स्पर्श करत होता. समुद्र शांत असल्याने त्याच्या लाटांचा आवाज काहीसा कमी झाला होता. किती तरी वेळ शांतपणे आकाशाकडे पाहत होतो. आपल्या मायभूमीपासून अडीच हजार किलोमीटर दूर हिंदी महासागरातील एका छोट्याशा बेटावर फिरण्यासाठी आलो होतो खरे; पण यावेळी कुटुंबातील सर्वच सदस्यांची, मित्रांची आठवण प्रकर्षाने येत होती. एव्हढ्या प्रचंड विश्वात आपले अस्तित्व म्हणजे 'दर्या में खसखस' आहे हे जाणवत राहिले. थोड्या वेळाने अन्य सहकारीही समुद्रकिनारी आले आणि गप्पा मारण्यात केव्हा मध्यरात्र झाली ते कळले नाही.

दुसऱ्या दिवशी पहाटे उठून आम्ही सूर्योदय पहाण्याचे ठरविले होते. पहाटे साडेचार वाजता उठून आम्ही अगदी समोरच असलेल्या समुद्रकिनाऱ्यावर येऊन बसलो. समुद्राला ओहोटी लागल्याने असंख्य काळे खडक आता उघडे पडले होते. पाणी खूपच दूरपर्यंत मागे सरकले होते. सूर्योदयाला अजून अवकाश होता. पूर्वेला लाली पसरली होती. पुरेसा उजेड होता म्हणून आम्ही पुन्हा एकदा समुद्रात उतरलो. गुडघाभर पाण्यात जाऊन समुद्रातील

८३ । **माझी भटकंती** (इस्राईल, तीर्थरंग आणि अंदमान...)

प्राणी आणि वनस्पती, खडक यांचे निरीक्षण करू लागलो. आमच्यातील महिला मंडळाने समुद्रकिनाऱ्यावरील मऊशार अशा पांढऱ्याशुभ्र वाळूतून पायी चालत मॉर्निंग वॉक करणं पसंत केलं आणि दूरपर्यंत त्या गेल्या. काल सायंकाळी सूर्यास्त पाहण्यासाठी किमान तीन-चारशे पर्यटकांची गर्दी झाली होती. तो पाहण्यासाठी सर्वजण किमान दोन किलोमीटर पायी चाललो होतो. आता सूर्योदय आमच्या हॉटेलपासून अवघ्या पन्नास पावलांवरून दिसणार होता. मात्र, तो बघण्यासाठी आम्ही आठ रावेरकर, मुंबईच्या अभ्यंकर मावशी आणखी एक अनोळखी युवक एवढेच काय ते दहा जण होतो. आता सूर्योदयाची वेळ जवळ आली आणि पुन्हा एकदा क्षितिजावर ढगांनी दाटी करायला सुरुवात केली. ढगांमुळे सूर्योदयाचा क्षण टिपता आला नाही. मात्र, तेथील आल्हाददायक वातावरणाचा आनंद मात्र आम्हाला मनमुराद लुटता आला. कसलेही प्रदूषण नसलेल्या आणि भरपूर ऑक्सिजन असलेल्या त्या थंडगार, आल्हाददायक हवेचा आनंद आणि अनुभव दीर्घकाळ लक्षात राहील.

सकाळची न्याहारी आटोपून आम्ही सर्वजण याच हॅवलॉक (स्वराज द्वीप) बेटावरील 'काला पत्थर' या बीचवर निघालो. एका बाजूला दूरवर पसरलेला अथांग समुद्र आणि रस्त्याच्या दुसऱ्या बाजूला हिरव्यागार टेकड्यांची वनराई. दोघांच्या मधून जाणारा अतिशय सुंदर वळणावळणाचा रस्ता. यामुळे पाच-सात किलोमीटर अंतर केव्हा गेले ते कळलेही

माझी भटकंती (इस्त्राईल, तीर्थरंग आणि अंदमान...) १८४

स्वराजदीप बेटावर समुद्रकिनारी आम्ही सर्व रावेरकर.

नाही. या बीच वर उतरताच आम्ही पुन्हा एकदा नारळ पाण्याचा मनसोक्त आनंद घेतला. या ठिकाणचा समुद्र खोल असल्याने पाण्यात उतरण्याचा धोका होता. आम्ही कोणीही तो पत्करला नाही. परंतु, किनाऱ्यावर भरपूर फोटोग्राफी करायला मिळाली. या बीचवर सर्वत्र पांढऱ्या शुभ्र रंगाची वाळू पसरलेली होती. मध्येच सुमारे २०/२५ फुटांच्या काळ्या दगडाकडे आमचे लक्ष गेले. तो दगड थोडा समुद्रात होता. समुद्राच्या पाण्याच्या लाटा येऊन त्यावर आदळत होत्या. त्या दगडामुळेच त्या बीचला काला पत्थर नाव पडल्याची माहिती आम्हाला सौरवने दिली. आम्ही हिंमतीने त्या दगडावर चढलो आणि लाटात भिजण्याचा आनंद घेतला. याच परिसरात समुद्राच्या काठावर एक जुने वाळलेले झाड आहे. त्याचा आकार बदामासारखा आहे. या झाडाच्या खोडावर उभे राहून फोटो काढण्यासाठी रांगा लागल्या होत्या. आम्हीही त्या रांगेत उभे राहिलो.

येथून आम्ही पुन्हा एकदा 'सी लिंक' या क्रूझमधून नील (शहीद) या बेटाकडे निघालो. या ठिकाणी तर आणखी अन्य सहकाऱ्यांचे ही मोबाईल नेटवर्क बंद झाले होते. फक्त एअरटेलचे नेटवर्क सुरू होते. आम्ही सकाळीच लवकर उठून लक्ष्मणपूर या बीचकडे निघालो. सुनामी काळात येथील खडकांची बदललेली स्थिती, नैसर्गिक दगडी पूल, खडकाळ किनाऱ्यावरून पाण्यात जात केलेला पायी प्रवास, यामुळे येथेही भरपूर फोटो काढता आले. समुद्रात सुमारे

स्वराज दीप बेटावरील निसर्गरम्य हॉटेलच्या व्हरांड्यात आम्ही पती पत्नी

५० मीटर्स जाऊन तिथे एका खडकावर अवघे फूट दीड फूट पाणी होते. तिथे उभे राहिलो. खळाळणाऱ्या लाटा कपडे भिजवत होत्याच.

दुपारी जेवण करून आम्ही भरतपूर बीचवर पोहोचलो. या ठिकाणी आम्हाला पाण्यातील विविध क्रीडा प्रकार पहायला मिळाले. त्यातल्या त्यात सुरक्षित असा 'ग्लास बोटींग' हा प्रकार आम्ही सर्वच रावेरकरांनी निवडला आणि लाईफ सेविंग जॅकेट घालून आम्ही त्या छोट्या बोटीत जाउन बसलो. किनाऱ्यापासून समुद्रात सुमारे २००-३०० मीटर अंतर आम्हाला नेण्यात आले. त्या दिवशी स्वच्छ सूर्यप्रकाश पडला होता आणि सुमारे दीड-दोनशे फूट खोल पाण्यातूनही आम्हाला थेट समुद्राचा तळ स्पष्टपणे दिसत होता. या बोटीच्या तळाशी म्हणजे आमच्या पायाजवळ एक मोठी पारदर्शक, स्वच्छ काच लावली होती आणि त्या काचेतून आम्हाला थेट समुद्राचा तळ दिसत होता. त्यात विविध प्रकारचे मासे, खेकडे, कासव, पाणवनस्पती, खडकांचे प्रकार इत्यादी स्पष्टपणे पाहता आले. त्यानंतर स्पीड बोट हा एक थरारक पाण्यातील खेळ आम्ही पाहिला. आमच्या २० जणांपैकी मुंबईच्या माधुरीताई दंडवते यांनी त्याचा आनंद घेतला आणि त्यांच्या पाठोपाठ मी देखील हिंमत केली. सुमारे १०० किलोमीटर प्रति तास या वेगाने धावणाऱ्या या यांत्रिक बोटीत केवळ दोघांनाच कसेबसे बसण्याची; नव्हे उभे राहण्याची सोय असते. चालकाच्या इशाऱ्यानुसार मी पुढे बसलो, माझ्यामागे त्या बोटीचा चालक होता. त्यानेच त्या बोटीचे हँडल धरले होते आणि तोच नियंत्रित करीत होता. मी ते हँडल आधारासाठी संपूर्ण ताकदीसह पक्के धरून ठेवले होते. चष्मा पाण्यात पडण्याच्या शक्यतेने मला तो काढून ठेवण्यास सांगण्यात आले.

अवघ्या दोन-तीन सेकंदातच या बोटीने प्रचंड वेग धारण केला आणि पुढची तीन-चार मिनिटे किनाऱ्यापासून सुमारे २०० मीटरपर्यंत मी समुद्राच्या त्या अत्यंत खोल पाण्यात रोमांचक आणि थरारक असा बोटिंगचा आनंद घेतला.

पुन्हा एकदा 'शाकाहार' हॉटेलमध्ये मस्तपैकी जेवणाचा आस्वाद घेत आम्ही नील बेटाचा निरोप घेतला आणि 'सी लींक' या क्रूझने पुन्हा पोर्टब्लेअरकडे निघालो. यावेळी योगायोगाने आम्हाला या क्रूझमधील वरच्या मजल्यावर 'बिझनेस क्लास' मध्ये जागा मिळाली. पोर्ट ब्लेअर पर्यंतचा प्रवास अत्यंत आनंददायी झाला. पण प्रवासाच्या सुरुवातीला किंवा शेवटी बाहेर डेकवर जाण्याची आणि तेथून उघड्यावरून समुद्र प्रवासाचा आनंद घेण्याची माझी विनंती या क्रूझच्या कर्मचाऱ्यांनी नाकारली आणि त्या आनंदाला आणि फोटोग्राफीला मी मुकलो. दुसऱ्या दिवशी स्वातंत्र्यवीर सावरकरांच्या सेल्युलर जेलचा आतील परिसर, त्यांना ठेवण्यात आलेली कोठडी आम्हाला पाहायची होती. त्या विचारातच केव्हातरी झोप लागली...

सृष्टीसौंदर्याने नटलेले सुभाषचंद्र बोस बेट

२८ नोव्हेंबरला सकाळी आम्ही सर्वजण नेहमीपेक्षा लवकर उठलो. कारण आम्ही सेल्युलर जेल पाहायला जाणार होतो. पहिल्या दिवशी आम्ही जेलचा बाहेरचा परिसर पाहिला होता. आता आतील परिसर पाहण्याची आम्हाला सर्वांनाच उत्सुकता होती. पण त्यापूर्वी आम्ही अंदमान बेटापासून सर्वात जवळ म्हणजे सुमारे ८०० मीटर अंतरावर असलेल्या नेताजी सुभाषचंद्र बोस बेटाला भेट द्यायला निघालो. पूर्वी या बेटाचे नाव रॉस आयलंड होते. आता त्याचे नामकरण सुभाषचंद्र बोस बेट असे करण्यात आले आहे. हे नामकरण म्हणजे सुभाषचंद्र बोस यांची देशभक्ती, शौर्य, कर्तृत्व आणि मुत्सद्दीपणाला सलाम आहे.

अंदमानच्या या किनाऱ्यावर पर्यटकांसाठी पाण्यातील विविध खेळ (वॉटर गेम्स) खेळण्याची व्यवस्था होती. तेथील बगिच्याला आणि परिसराला तत्कालीन पंतप्रधान राजीव गांधी यांचे नाव दिले आहे. राजीव गांधीं त्यांना मिळालेल्या पुष्पहारातील फुलांची वृष्टी जनसमुदायावर करत आहेत, या संकल्पनेतून साकारलेला त्यांचा पूर्णाकृती पुतळा येथील किनाऱ्यावर आहे. जीवरक्षक जॅकेट घालून आम्ही सुभाषचंद्र बोस बेटाला जाणाऱ्या नावेत बसलो आणि अवघ्या चार-पाच मिनिटातच समोरच दिसणाऱ्या नेताजी सुभाषचंद्र बोस बेटाच्या किनाऱ्याला आमची नाव लागली. दुरूनच पाहू प्रेमात पडावे, अशा सृष्टीसौंदर्याने नटलेले हे बेट. उंचच उंच हिरवीगार नारळ, सुपारीची झाडं. स्वच्छ निळा समुद्र किनारा आणि बेटावरील काही घरं दुरूनच दिसत होती. अंदमान निकोबार द्वीपसमूहातील हे सर्वात छोटे बेट असावे. अंदमानातील सेल्युलर जेलपासून सुरक्षित अंतरावर. पण या बेटावरुन

अंदमानात इंग्रजांनी बांधलेला ३ मजली तुरुंग. या तुरुंगाच्या सर्वात वरच्या मजल्यावर कोपऱ्यातील स्वातंत्र्यवीर सावरकरांची कोठडी

सेल्युलर जेलवर लक्ष ठेवता येईल, अशी याची रचना आहे. त्याकाळी सर्वच वरिष्ठ इंग्रज अधिकारी या छोट्याशा पण निसर्गसंपन्न बेटावर राहात. येथेच त्यांची कार्यालयेही होती. सेल्युलर जेलमधून कोणी एखादा कैदी पळाला, तरीही इंग्रज अधिकाऱ्यांच्या जीवाला त्यापासून काही धोका होणार नाही, अशी याची रचना. या दोन्ही बेटांच्यामध्ये असलेल्या ८०० मीटर समुद्रामुळे तो कैदी या बेटापर्यंत पोचू शकणार नाही, याची दक्षता त्याकाळी इंग्रजांनी घेतलेली होती.

या बेटावर आम्हाला अनुराधा राव या सुमारे ७० वर्षे वयाच्या गाईड भेटल्या. त्यांचे वडीलही याच बेटावर गाईडचे काम करीत. या बेटावरील जंगलातील असंख्य हरणं आणि मोर त्यांचे मित्र आहेत. तेथील हरणं आणि मोर यांची भाषा अनुराधा राव यांना समजते, असे सांगितले जाते. आपल्या मागेपुढे खाद्यपदार्थ मिळण्याच्या आशेने फिरणारी ही ठिपक्या ठिपक्यांची, सोनेरी रंगांची हरणं इतक्या जवळून पाहून पर्यटक खुश होतात, त्यांच्याबरोबर छायाचित्रे काढतात. अनुराधा राव तेथील इंग्रजांच्या वास्तव्याच्या खुणा पर्यटकांना दाखवतात आणि त्यांची सविस्तर माहितीही सांगतात. सुमारे शंभर वर्षांपूर्वी इंग्रजांनी या बेटावर पिण्याचे पाणी शुद्ध करण्यासाठी यंत्र बसविलेले होते. इंग्रजांच्या सुरुवातीच्या वास्तव्यात त्यांची मुलं आणि स्त्रिया पाण्याच्या विविध रोगामुळे आजारी पडून मृत्यूमुखी पडल्यामुळे इंग्रजांनी इथे शुद्ध पाण्याचे (डिस्टिल्ड वॉटर) यंत्र बसविले होते. आधी पाण्याची वाफ करून त्याचे पुन्हा पाण्यात रूपांतर करून इंग्रज अधिकारी

ते शुद्ध पाणी पीत असत. त्यांची गिरिजाघरे, निवासस्थाने, कार्यालये, नोकरांची निवासस्थाने, दुकाने, दवाखाना, टपाल कार्यालय, तरणतलाव,बेकरी, वाचनालय, टेनिस कोर्ट, क्रिकेटचे मैदान आदी वास्तू येथे पाहायला मिळतात. या बेटावर त्यावेळी जनरेटर पासून विजेची सोयही उपलब्ध होती. त्यामुळे रात्रीच्या वेळी हे बेट एखाद्या जहाजाप्रमाणे चमकत असे. म्हणून त्या काळी या बेटाला 'पॅरिस ऑफ द ईस्ट' असेही म्हटले जाई.

अलिकडे या सर्व वास्तू मोडकळीला आलेल्या दिसतात. १९४२ मध्ये आलेल्या भूकंपाने आणि २००४ मध्ये आलेल्या सुनामी लाटांमुळे त्या इमारतींची अशी स्थिती झाली असल्याचे अनुराधा राव सांगतात. १७८५ मध्ये जल सर्वेक्षक डॅनियल रॉस सर्वप्रथम या बेटावर आला होता, म्हणून या बेटाला रॉस आयलंड असे नाव पडले.

१९४२ मध्ये दुसऱ्या महायुद्धात जपानने या बेटांवर आक्रमण केले आणि ही बेटे इंग्रजांकडून जिंकून घेतली. याच काळात भूकंपात ही बेटं बुडण्याच्या भीतीने इंग्रजांनीही या बेटावरून आपला काढता पाय घेतला. नंतर जपान्यांनी येथील मूळ रहिवासी असलेल्यांचा व नंतर भारतातून आलेल्या रहिवाशांचाही ते इंग्रजांचे गुप्तहेर असावेत, अशा संशयाने अनन्वित छळ केला. सुभाषचंद्र बोस बेट हे अशा प्रकारचे बेट आहे, की या बेटाने १९४२ मधल्या भूकंपापासून आणि २००४ मध्ये आलेल्या सुनामी लाटांपर्यंत पोर्ट ब्लेअर या मुख्य बेटाचे रक्षण केल्याचे सांगितले जाते.

देशासाठी अनन्वित छळ सोसणाऱ्या क्रांतिकारकांच्या देशा...

बोस बेटावरून आम्ही परत पोर्ट ब्लेअरमधील सेल्युलर जेल समोर आलो. त्यावेळी दुपारचे बारा वाजत आले होते. पण जेल पाहण्याच्या उत्सुकतेने आमची भूक कुठे तरी दूर पळून गेली होती. सुरुवातीला आम्ही जेलचा इतिहास समजून घेतला आणि तिथले छायाचित्रांचे प्रदर्शन पाहिले. इंग्रजांनी १९०५ मध्ये या जेलच्या बांधकामास सुरुवात केली. वर्षभरातच म्हणजे १९०६ मध्ये या जेलचे काम पूर्ण झाले. एकूण ६९३ कैद्यांना स्वतंत्ररित्या ठेवता येईल, अशा कोठड्या या जेलमध्ये तयार करण्यात आलेल्या होत्या. मध्यभागी एक टॉवर बांधून त्याच्या विविध सात दिशांना (सायकलच्या स्पोकप्रमाणे) ३ मजल्याच्या ७ इमारती बांधण्यात आल्या होत्या. कुठलाही इमारतीतील कुठल्याही इमारतीत कोठडीत जाताना किंवा येताना मध्यवर्ती टॉवर मधूनच जावे-यावे लागते. सर्व कैद्यांवर नियंत्रण ठेवण्यासाठी ही इंग्रजांनी केलेली योजना होती. प्रत्येक कैद्याला स्वतंत्रपणे एका कोठडीत ठेवले जात असे. शेजारच्या कोठडीतील कैदी दुसऱ्या कैद्याला दिसणार नाही किंवा त्याच्याशी बोलता येणार नाही, अशी या कोठड्यांची रचना केलेली आहे. कैद्यांना जेवणाचे ताट देताना या कोठडीचा दरवाजा उघडण्याची गरज भासणार नाही, तर दरवाजा शेजारील फटीतून त्यांना जेवण

८९ । **माझी भटकंती** (इस्राईल, तीर्थरंग आणि अंदमान...)

देण्याची व्यवस्था करण्यात आली होती. इतकेच नव्हे तर प्रत्येक कोठडीच्या दरवाजाच्या कडीकोयंड्यालाही कैद्यांचा हात लागणार नाही, याची काळजी इंग्रजांनी घेतली होती. कोठडीतील कैद्याला सुमारे १०० फूटसमोर पुढच्या कोठडीची मागची बाजू व छोटासा झरोका तेव्हढा दिसत असे. म्हणजे एखाद्या कोठडीच्या मागच्या छोट्या उंच झरोक्यातून देखील एखादा कैदी पाठीमागील कोठडीतील दुसऱ्या कैद्यांशी संवाद साधू शकणार नाही, अशी त्याची रचना होती.

या जेलच्या परिसरात आम्ही प्रवेश केल्यावर समोरच २४ तास तेवत राहणाऱ्या 'अमर ज्योती'ने आमचे स्वागत केले. देशाच्या स्वातंत्र्यासाठी येथे आपले प्राणार्पण केलेल्या आणि प्राणांतिक कष्ट सोसलेल्या क्रांतिकारकांचे स्मरण या ज्योतीतून होत होते. तेथून जवळच इंग्रजांनी उभारलेले फाशी घर आहे. तिथे काही क्रांतिकारकांना फाशी दिले गेले होते. स्वातंत्र्यवीर सावरकरांची कोठडी या फाशी घराच्या समोरच सर्वात वरच्या मजल्यावर होती. सावरकरांना त्यांच्या कोठडीतून बसल्या बसल्या फाशी घर दिसेल आणि कैद्यांना फाशी देतानाचे दृश्य दिसेल व त्यामुळे त्यांचे मनोधैर्य खचेल, अशी व्यवस्था इंग्रजांनी केली होती. फाशी घराच्या जवळच असलेल्या एका प्रदर्शनात व संग्रहालयात, इंग्रजांनी भारतीय कैद्यांसाठी वापरलेला कोलू, बेड्या, काथ्या कूट (नारळाच्या शेंडयांपासून दोऱ्या बनवण्यासाठी या शेंड्या कुटून नरम करण्याची प्रक्रिया) करण्यासाठी वापरण्यात येणारा दगड, हातापायातील बेड्या, हात-पाय बांधून कैद्यांना त्यांच्या पार्श्वभागावर दिली जाणारी फटक्यांची शिक्षा, याच्या प्रतिकृती अंगावर शहारे आणत होत्या. भारत भूमीपासून हजार आठशे किलोमीटर अंतरावर असलेल्या व त्या काळी घनदाट जंगल असलेल्या या बेटावर कैद्यांना मिळणाऱ्या अशा अमानुष शिक्षेबद्दल ऐकून इंग्रजांबद्दल आणखी चीड निर्माण झाली. पण त्यापेक्षाही खूप मोठी भावना म्हणजे क्रांतिकारकांबद्दलची आदराची भावना आणखी दृढ झाली.

आणि सावरकरांच्या कोठडीत...

मध्यवर्ती टॉवरमधून आम्ही सावरकरांच्या कोठडीकडे जायला निघालो. दोन मजले चढून गेल्यावर समोरच १९०९ ते १९२१ या काळात तिथे इंग्रजांनी ठेवलेल्या आणि काळ्यापाण्याची शिक्षा भोगण्यासाठी आणलेल्या क्रांतिकारकांच्या नावांचा फलक समोरच पाहायला मिळतो. त्यावेळच्या मुंबई (महाराष्ट्र) प्रांतातून दाजी नारायण जोशी, गणेश दामोदर सावरकर आणि विनायक दामोदर सावरकर या तिघांनाच तिथे काळ्यापाण्याची शिक्षा भोगण्यासाठी आणण्यात आले होते, याकडे आमच्या गाईडने आमचे लक्ष वेधले.

पश्चिम बंगाल, पंजाब, उत्तर प्रदेशातून मोठ्या संख्येने कैदी तिथे काळ्या पाण्याच्या शिक्षेसाठी आणण्यात आले होते. विनायक दामोदर सावरकर यांची कोठडी ही सर्वात

स्वातंत्र्यवीर सावरकर विमानतळावर आम्ही उभयता.

कोपऱ्यात आणि लांब होती. लांबून सर्वांना या कोठडीकडे लक्ष ठेवता यावे, हा त्या मागचा उद्देश होता. सावरकरांच्या कोठडीबाहेर व्हरांड्यातही लोखंडी गज लावून एकट्या सावरकरांसाठी दुहेरी अडथळे निर्माण करण्यात आले होते. सावरकरांना फ्रान्सला नेताना त्यांनी मार्सेलीस येथे जहाजातून समुद्रात उडी मारली होती आणि पळून जाण्याचा प्रयत्न केला होता. तसा प्रयत्न त्यांनी इथे करू नये, यासाठी इंग्रजांनी केलेला तो सावधगिरीचा उपाय होता.

या इमारतीच्या तिसऱ्या मजल्यावर स्वातंत्र्यवीर सावरकरांच्या कोठडीकडे जाताना आम्ही थांबून अन्य कोठड्यांचे निरीक्षण केले. कोठडीच्या आतली रचना, बांधकाम पाहिले. त्या कोठडीत आल्यानंतर तो करकरणारा लोखंडी दरवाजा आतून बंद करून बाहेरच्या दिसणाऱ्या दृश्याचा अनुभव घेतला आणि सुमारे शंभर-सव्वाशे वर्षांपूर्वी क्रांतिकारकांना त्याकाळी भोगाव्या लागणारा एकांतवास आणि यातनांचा अंगावर शहारे आणणारा अंदाज आला. सावरकरांच्या कोठडीजवळ आल्यावर आम्ही सारेच गंभीर आणि भावनिक झालो.

सावरकरांच्या कोठडी जवळ येताच मी बॅगेतून आणलेले लाकडी फलक बाहेर काढून ते कोठडीच्या बाहेर लावले. 'कृपया आपले बूट आणि चप्पल येथेच काढा' असा मजकूर त्यावर हिंदी आणि इंग्रजीत लिहिलेला होता. माझे निंभोरा (ता. रावेर जि. जळगाव) येथील मित्र डॉ. एस. डी. चौधरी यांची ही कल्पना होती. त्यांनी सुमारे ४ वर्षांपूर्वी अंदमान-निकोबारला आणि सेल्युलर जेलला भेट दिली होती. अनेक पर्यटक सावरकरांच्या कोठडीत पादत्राणे घालूनच प्रवेश करत होते. याचवेळी असंख्य पर्यटक या कोठडीत प्रार्थनाही

करतात, असे त्यांच्या लक्षात आले होते. पण तेथील २-३ दिवसांच्या मुक्कामात त्यावर उपाय करणे त्यांना शक्य नव्हते. आम्ही अंदमानला जाणार, असे डॉ. एस. डी. चौधरी यांना कळल्यावर त्यांनी अशा आशयाचे फलक रावेर येथून तयार करूनच घेऊन जावेत आणि तेथे लावावेत, अशी विनंतीवजा सूचना केली होती. मलाही त्यांची ही सूचना आवडली होती. त्यानुसार मी प्रकाश पाटील सरांशी चर्चा करून तसे फलक तयार करून घेतले होते. त्यासाठी रावेर येथील संजय जंजाळकर यांनी बहुमोल सहकार्य केले. हे लाकडी फलक तिथे विनासायास बसविण्यासाठी लागणाऱ्या लोखंडी पट्ट्या, स्क्रू, नट-बोल्ट आणि ते पक्के बसवण्यासाठी लागणारा पान्हा देखील आम्ही रावेर येथूनच नेला होता.

सर्व साहित्य बाहेर काढून मी, विठोबा पाटील, प्रकाश पाटील आणि टी. बी. महाजन यांनी अवघ्या दोन मिनिटातच ते फलक तिथे घट्ट बसवले. ते बसवत असताना तिथे आलेल्या असंख्य पर्यटकांनी त्याबद्दल समाधान व्यक्त केले. विशेष म्हणजे अनेक पर्यटक हे फलक वाचून आपली पादत्राणे बाहेरच काढून आत प्रवेश करत होते. ते पाहून हे फलक तयार करताना आणि मुंबई विमानतळावरून ते अंदमानपर्यंत आणताना करावी लागणारी कसरत आणि काहीसा ताण तणाव आम्ही विसरलो. आम्हाला मनस्वी समाधान लाभले. नंतर आम्ही त्या कोठडीत प्रवेश करताच आमच्या सर्वांगावर रोमांच उभे राहिले. आत कोठडीत सावरकरांची दोन छायाचित्रं आहेत. त्याकाळी त्यांना जेवणासाठी दिले जाणारे वाडगे आणि वाटी तिथे ठेवलेली दिसली. याच कोठडीत त्यांनी आपले 'कमला' हे महाकाव्य लिहिले असल्याचाही फलक तिथल्या भिंतीवर लावलेला आहे.

पर्यटक भक्तीभावाने त्यांच्या फोटो समोर नतमस्तक होत होते. आमच्या सोबत आलेल्या मुंबईच्या महिला आणि ज्येष्ठ सहकाऱ्यांनी स्वातंत्र्यवीर सावरकरांची रचना तिथे गायली. फलक लावून झाल्यावर आम्हीही त्या गायनात सहभागी झालो.

तिथे शांतपणे बसून प्रार्थना केली. नंतर त्या इमारतीच्या सर्वात वरच्या मजल्यावर आम्ही गेलो. तिथून या ७ इमारतींपैकी अजून सुरक्षित असलेल्या ३ इमारती दिसल्या. इथूनच आम्ही सकाळी पाहिलेले सुभाषचंद्र बोस बेटाचे विहंगम दृश्य दिसत होते. बराच वेळ झाला होता. आता भूकही जाणीव करून देत होती. आमचे मुंबईकर ज्येष्ठ सहकारी केव्हाच पुढे निघून गेले होते. त्या ऐतिहासिक वास्तूतून पाय निघत नव्हता. जड अंतःकरणाने मागे वळून पाहत पाहत आम्ही त्या परिसराचा निरोप घेतला.

संग्रहालयातून इतिहासातला प्रवास

तो आमचा अंदमानातील प्रवासाचा शेवटचा दिवस होता. दुसऱ्या दिवशी पहाटे लवकर उठून आम्हाला हैदराबाद मार्गे मुंबईला जायचे होते. सकाळी सुभाषचंद्र बोस बेट आणि दुपारी सेल्युलर जेल पाहून आम्ही काहीसे थकलो होतो. पण तरीही दुपारी उशिरा जेवण

माझी भटकंती (इस्राईल, तीर्थरंग आणि अंदमान...) । ९२

अंदमानच्या दौऱ्यातील आम्ही सर्व २० जण.

करून आम्ही पोर्ट ब्लेअर मधीलच समुद्रिका भागातील 'नवल मरीन म्युझियम' बघायला गेलो. प्रत्यक्षात अंदमानात फिरताना आम्ही नागरी वस्त्यांमध्ये फिरल्यामुळे तेथील आदिवासी जीवन आम्हाला बघायला मिळाले नव्हते. पण जे आम्ही प्रत्यक्ष बघू शकलो नाही ते आम्हाला प्रतिकृतींच्या आणि छायाचित्रांच्या रूपाने का असेना पण या म्युझियम मध्ये बघायला मिळाले. समुद्रात सापडणाऱ्या व्हेल (देव) माशाचा सुमारे १३-१४ फूट लांबीचा हाडांचा सांगाडा बघून त्याच्या प्रत्यक्षातील अवाढव्यतेची कल्पना आली. या म्युझियममध्ये अंदमान निकोबार द्वीपसमूहातील आदिवासींच्या झोपडीच्या प्रतिकृती म्हणजे (निकोबारी हट) तयार करण्यात आल्या होत्या. तिथे काही छायाचित्रांच्या मदतीने या बेटांवर आढळणाऱ्या विविध जमातींची आश्चर्यकारक माहिती देण्यात आली होती.

जरावा

यातील 'जरावा' ही अंदमानातील एक प्रमुख जमात आहे. अजूनही ती प्राचीन जीवनशैलीत जगते. जरावा जमातीतील लोक स्वतंत्रपणे न राहता सामुदायिक झोपडीतच राहतात. झाडाची पाने, त्याची साल, समुद्रात सापडणारे शंख-शिंपले यांचा वापर ते दागिने म्हणून करतात. ताडाच्या पानांचा वापर लज्जा रक्षणासाठी केला जातो. या जमातीतील लोकांची संख्या आता फक्त २४० इतकी राहिली आहे.

ग्रेट अंदमानी

स्टेट आयलंड नावाच्या बेटावर 'ग्रेट अंदमानी' या जमातीतील लोकांचा रहिवास आहे. पोर्ट ब्लेअरपासून हे बेट ४६ किलोमीटर अंतरावर आहे. अवघ्या ६० हेक्टरवर पसरलेल्या या बेटावर विविध १० समूहात या जमातीतील फक्त ४३ आदिवासी राहतात. त्यांना होणाऱ्या

विविध रोगामुळे त्यांची संख्या कमी होत चालली आहे.

ओंगी

पोर्टब्लेअरपासून १३० किलोमीटर दूर अंतरावरील लिटिल अंदमान बेटावर, २५ वर्ग किलोमीटर क्षेत्राच्या बेटावर 'ओंगी' जमातीचे लोक राहतात. शिकार करणे आणि जंगल संपत्ती गोळा करणे, हे त्यांचे व्यवसाय असून सध्या या जमातीची संख्या फक्त ९८ इतकी आहे.

सेंटिनलास

उत्तर सेंटिलन या ६० किलोमीटर क्षेत्रफळाच्या बेटावर, दक्षिण अंदमान बेटापासून ३४ किलोमीटर अंतरावर 'सेंटिनलास' या जमातीचे लोक राहतात. त्यांना एकांतात राहणे आवडते. बाहेरून येणाऱ्यांशी ते शत्रूतापूर्ण व्यवहार करतात. झोपड्यांमध्येच राहणाऱ्या या जमातीची संख्या आता फक्त ३९ इतकी राहिली आहे.

निकोबारी

अंदमान बेटावरील सामान्य जीवन जगणारी 'निकोबारी' ही जमात आहे. विविध गावांमध्ये हे लोक राहतात. प्रत्येक गावाच्या प्रमुखाला कॅप्टन तर त्या बेटाच्या प्रमुखाला चीफ कॅप्टन म्हटले जाते. या जमातीत महिलांचीही कॅप्टन म्हणून नियुक्ती होते. तिला त्या बेटाची राणी, असेही संबोधले जाते. या जमातीची संख्या २८ हजार ६५३ इतकी आहे.

शोमोन

ग्रेट निकोबार बेटांवर ११९ किलोमीटर आत जंगलात 'शोमोन' या जमातीची घरे आहेत. बाहेरच्या लोकांना भेटणे त्यांना पसंत नाही. घनदाट जंगलात १२ महिने वाहणाऱ्या नद्या किंवा झरे यांच्या किनारी झोपड्या बांधून ते राहतात. २ ते १० झोपड्यांचे एक गाव असते. दुमजली घरात तळमजल्यावर त्यांची पाळीव जनावरे राहतात आणि सुरक्षिततेसाठी वरील मजल्यावर हे लोक राहतात. त्यांच्यात एक विवाह आणि बहुविवाह अशा दोन्ही पद्धती आहेत. वयाने सर्वात मोठा तो त्या जमातीचा मुखिया असतो. मृत शरीराचे दफन करण्याची या जमातीत पद्धत आहे. या जमातीत आता ३९८ लोक आहेत.

'नवल मरीन म्युझियम' पाहिल्यावर सायंकाळी फिरत फिरत आम्ही आमच्या हॉटेल जवळच असलेल्या डॉ. भीमराव आंबेडकर तंत्रज्ञान संस्थेकडे फिरायला गेलो. आजूबाजूच्या बेटावरील अनेक विद्यार्थी विद्यार्थिनी येथे आयटीआय, आणि इंजिनिअरिंगचे शिक्षण घेण्यासाठी येतात. दुसऱ्या दिवशी सकाळी लवकर उठून आम्ही जड अंतकरणाने पोर्ट

ब्लेअरचा निरोप घेतला. तेथील विमानतळाच्या विस्तारीकरणाचे काम तेव्हा सुरू होते. रात्रीही विमाने उतरण्याची व्यवस्था आगामी काळात तिथे करण्यात येणार असल्याचे आम्हाला सांगण्यात आले.

स्वातंत्र्य वीर सावरकरांच्या कोठडीत आम्ही

पोर्ट ब्लेअरहून आम्ही हैदराबाद विमानतळावर उतरलो. तिथून मुंबईला विमानाने जाण्यासाठी ७ तासांचा वेळ होता, म्हणून आम्ही लगेच विमानतळाबाहेर पडून एका गाडीत आठही रावेरकर 'हैद्राबाद दर्शना'साठी निघालो. रस्त्याने जाताना तेथील प्रसिद्ध व्हेज बिर्याणीचा आस्वाद घेतला. हैदराबादचे विमानतळ अत्युत्कृष्ट भव्य, स्वच्छ आणि चकचकीत होते. शहरात आम्ही चारमिनार, बिर्ला मंदिर, विधानभवन आणि तेथील निजामाचे महाल व संग्रहालय पाहून विमानतळावर परत आलो. विमानाने रात्री आठच्या सुमाराला मुंबईत उतरलो.

आमच्या मोठ्या बॅगा विमानातून ताब्यात घेताना माझी बॅग आणि अन्य एका प्रवाशाची बॅग दिसायला सारखी असल्याने तो ती घेऊन निघून गेला. इकडे माझी बॅग सापडतच नव्हती. अखेर आम्ही सर्वांनी इंडिगो कंपनीच्या अधिकाऱ्यांशी संपर्क साधला. त्यांनी सीसीटीव्हीत बॅग कोणी नेली, हे पाहून त्या प्रवाशाला ओळखले. त्याला फोन केला. तोपर्यंत माझी बॅग घेऊन रिक्षात बसून तो दूर निघून गेला होता. तो परत येऊन माझी बॅग देईल, याला बराच उशीर होणार होता. आम्हाला रावेरला जाण्यासाठीच्या रेल्वेची वेळ होत आली होती. अखेर तो धावपळ करीत आला. बॅग मिळाल्यावर सर्वांनीच सुटकेचा निश्वास टाकला.

रेल्वेने रावेर स्टेशनला उतरलो आणि भारताच्या नकाशात ठिपक्यासारख्या दिसणाऱ्या दूरवरील अंदमान-निकोबार बेटावरची आमची सहल अशा पद्धतीने अतिशय आनंदात, उत्साहात आणि निर्विघ्नपणे पार पडली होती. स्टेशनच्या बाहेर आल्यावर एक महत्त्वाचे काम आम्ही सर्वांनी केले! ते म्हणजे, पोर्ट ब्लेअरला पहिल्या दिवशी आम्हाला चहा मिळाला होता. त्यानंतरच्या प्रवासात तिथे चहाचे हॉटेल किंवा टपरी दिसलीच नव्हती. म्हणून रावेर स्टेशनच्या बाहेर पडताच आम्ही सर्वांनी मस्तपैकी चहा घेतला आणि हे महत्त्वाचे काम पूर्ण केले!

***

लेखक परिचय

दिलीप रत्नाकर वैद्य,

रा रावेर जि जळगाव.

९६५७७१३०५०.

- उप शिक्षक- श्री बाजीराव नाना पाटील माध्यमिक विद्यालय, बलवाडी.ता.रावेर जि जळगाव.
- विश्वस्त- रंगपंचमी व्याख्यानमाला, रावेर.
- संस्थापक- सांस्कृतिक कला मंच, रावेर.
- अध्यक्ष- कुसुमताई सार्वजनिक वाचनालय व ग्रंथालय रावेर.
- शालेय विद्यार्थ्यांसाठी ''गोष्टीरुप लोकसेवक मधुकरराव चौधरी'' पुस्तकाचे लेखन.
- तालुका बातमीदार- दै सकाळ.
- गेल्या ३२ वर्षापासून सकाळ वृत्तपत्रात सातत्याने विविध विषयांवर लेखन.
- मे २०१८ मध्ये इस्राईल मध्ये झालेल्या एग्रीटेक २०१८ या जागतिक कृषी प्रदर्शनासाठी अभ्यास दौरा व सकाळ आणि ऍग्रोवन या वृत्तपत्रांसाठी वृत्तांकन.
- २०१०- दिल्ली येथे झालेल्या जागतिक केळी परिषदेचे दिल्लीतून दैनिक सकाळ आणि ॲग्रोवन साठी वृत्तांकन.
- लोकसभा आणि विधानसभा निवडणूक- २०१९ च्या निवडणुकीत मतदानाची टक्केवारी वाढावी म्हणून विविध प्रसार माध्यमांमध्ये सकारात्मक बातम्या व लेखनाबद्दल मा जिल्हाधिकारी यांच्या हस्ते प्रमाणपत्र व सत्कार.
- कृषीविषयक सकारात्मक लेखनाबद्दल जळगाव जिल्हा पत्रकार संघाच्या वतीने जिल्हास्तरीय पुरस्कार.
- आकाशवाणी जळगाव केंद्रावर १०० पेक्षा जास्त कार्यक्रमांचे लेखन व सहभाग.

www.ingramcontent.com/pod-product-compliance
Lightning Source LLC
LaVergne TN
LVHW020135230825
819400LV00034B/1175
* 9 7 8 9 3 9 5 1 3 9 5 8 8 *